G.C.S.E. PANJABI GUIDE SPEAKING

ਜੀ.ਸੀ.ਐੱਸ.ਈ. ਪੰਜਾਬੀ ਗਾਇਡ ਬੋਲ-ਚਾਲ

By

Dr. J.S. NAGRA M.A.; M.Ed.; Ph.D.

Inspector of Schools (Retd.)

Published by :   **NAGRA PUBLICATIONS**
399, Ansty Road, Coventry CV2 3BQ, UK
Tel & Fax : 02476 617314
E-mail : js.nagra@ntlworld.com
Website : www.nagrapublications.co.uk

ISBN 978 1 870383 13 4

Ist Edition : April 2011

This book is also available from :

1. THE SIKH MISSIONARY SOCIETY UK
    10 Featherstone Road, Southall, Middlesex
    UB2 5AA, Tel: 0208 574 1902.

2. DTF ASIAN PUBLISHERS AND DISTRIBUTORS
    117 Soho Road, Handsworth, Birmingham,
    B21 9ST, Tel: 0121 515 1183.

3. GARDNERS BOOKS LTD
    1 Whittle Drive, Willington Drove, Eastbourne, East Sussex,
    BN 23 6 QH, Tel: 01323521555

4. GURMAT PARCHAR
    21 Brook Road, Northfleet, Gravesend, Kent,
    DA11 8RQ, Tel: 01474 326428

5. JAYSONS
    267 Soho Road, Handsworth, Birmingham,
    B21 9SA, Tel 0121 5543384

Contents

Chapter 4

Home and Environment :

Home and Local Area

Environment

Chapter 5

Work and Education

School/College and Future Plans

Current and Future Jobs

Chapter 6

Acknowledgements

AQA material is reproduced by permission of the Assessment and Qualifications Alliance. I am very grateful to the Assessment and Qualification Alliance for their permission.

I am grateful to Singh Brothers for getting the book printed on time.

I am also grateful to my wife Satwant, sons Sundeep and Mandeep and daughters-in-law Jasdeep and Ravneet for their inspiration and encouragement throughout.

My grand children Kameron, Ria, Arjun, Tarn and Amber are a big source of happiness as I play with them when I am tired of working. It is largely due to the love and affection I receive at home that allows me to concentrate more and work harder.

Jagat Singh Nagra

Introduction

AQA is the only Examination Board which is responsible for the provision of GCSE and A Level Panjabi examinations in the United Kingdom. AQA has recently revised its GCSE and A Level Specifications in Panjabi. It has reduced the content and assessment burden of the previous courses and has provided more relevant and interesting topics which should challenge and stretch 14-19 years old students further.

Until 2010 only one course i.e. AQA GCSE Panjabi full course was provided. From summer 2011, three courses will be offered. These courses are :

1. AQA GCSE in Panjabi

2. AQA GCSE Short Course in Panjabi : spoken language

3. AQA GCSE Short Course in Panjabi : written language.

The full GCSE course in Panjabi contains four units.

Unit 1	Listening	Unit 2	Reading
Unit 3	Speaking	Unit 4	Writing

GCSE Short Course in Panjabi: spoken language contains Unit 1 and Unit 3.

GCSE Short Course in Panjabi: written language contains Unit 2 and Unit 4.

Students will take the first GCSE Panjabi examination according to the new specification in summer 2011.

This book deals with Unit 3 only and is written in accordance with the new specification. All contexts and purposes mentioned in the new specification have been dealt with. The learning and teaching materials provided in this book will help students to perform to the best of their ability and achieve better grade in their GCSE speaking examination.

The book provides enough opportunities to encourage interactive learning and teaching. To help students and teachers further some examples of questioning techniques, cue cards, presentations and discussions, conversations and group work have been provided in this book. The provision of a model paper will help students and teachers to know what exactly is involved in the speaking test. To monitor their own progress, students can use the self assessment form given at the end of this book.

Teachers can apply the ideas and suggestions given in this book to develop the speaking skills of their students. I hope both teachers and students will find this book useful.

Students and teachers will also find my following books useful for Unit 3.

1. GCSE Panjabi-Speaking
2. GCSE Panjabi-Model Papers (Revised edition)
3. GCSE Panjabi

April 2011   **J.S. Nagra**

1 – Format of the GCSE Panjabi Speaking Test

Unit 3 Speaking

Speaking is not tired and there will be only one test of 10-12 minutes duration for all candidates. There will be 40 marks for this test. No preparation time will be needed. The test will be conducted by the teacher and marked by an AQA examiner. The test will consist of two sections containing 20 marks each.

Section 1 - Presentation and Discussion

Students will prepare their presentations based on a topic of their own choice prior to the date of the test. Students are required to speak between 30 and 90 seconds and to answer questions on their presentation for a further 30 to 90 seconds. The total time for the presentation and discussion is 3 minutes. Students are allowed to use a cue card with five short headings. No conjugated verbs or full sentences are allowed on the cue card.

20 marks

Section 2 - General Conversation

The teacher will conduct a conversation on two contexts of the candidate's choice from the specification. Students are also allowed to choose contexts of their own choice which are not in the specification. These topics must avoid the topic chosen for the presentation and discussion. The total time for General Conversation is 7-9 minutes. A cue card with five short headings can be used for each context. No conjugated verbs or full sentences are allowed on the cue card.

For Grade C and above, students must show the ability to deal with unpredictable elements, express personal opinions, present information and use a variety of structures. Students are not allowed to use a dictionary in the speaking test.

20 marks

Centres are free to conduct the speaking tests at any time of the year. However, all tests must be sent to the AQA examiner on or before 15th May.

2 – Subject Content

Contexts and Purposes

The Contexts and Purposes below apply to all four units, although for Speaking and Writing students may select from a choice of contexts and purposes.

The purposes are presented according to the contexts and topics in which they may occur. It will be possible for students to carry out these purposes using the linguistic structures and vocabulary listed in the specification together with the communication strategies.

The purposes are not defined by ability level and all purposes should be seen as available for all candidates, at differing levels of fulfilment. Some purposes assume situations where requirements and responses are generally predictable and use familiar language. Other purposes involve general issues and opinions which can be treated in more or less complex ways with different groups of learners and allow for differentiated levels of response from mixed ability groups. For all purposes, students will be expected, as they progress linguistically, to:

- cope with a greater degree of unpredictability;
- deal with a widening range of potential problems;
- understand and use more accurately a widening range of vocabulary and structures, including some unfamiliar language;
- understand issues and opinions;
- discuss issues and give opinions;
- give full descriptions and accounts.

The purposes are described with respect to individual contexts (eg. Lifestyle) and within particular topics (eg. Relationships and Choices). Purposes should be considered transferable, as appropriate, to any other context or topic.

Understand and provide information and opinions about these contexts relating to the student's own Lifestyle and that of other people, including people in countries/communities where Panjabi is spoken.

Lifestyle
Health

- Healthy and unhealthy lifestyles and their consequences.

Relationships and Choices

- Relationships with family and friends
- Future plans regarding: marriage/partnership
- Social issues and equality

Understand and provide information and opinions about these contexts relating to the student's own Leisure and that of other people, including people in countries/communities where Panjabi is spoken.

Leisure
Free Time and the Media

- Free time activities
- Shopping, money, fashion and trends
- Advantages and disadvantages of new technology

Holiday

- Plans, preferences, experiences
- What to see and getting around

Understand and provide information and opinions about these contexts relating to the student's own Home and Environment and that of other people, including people in countries/communities where Panjabi is spoken.

Home and Environment
Home and Local Area

- Special occasions celebrated in the home
- Home, town, neighbourhood and region, where it is and what it is like

Environment

- Current problems facing the planet
- Being environmentally friendly within the home and local area

Understand and provide information and opinions about these contexts relating to the student's own Work and Education and that of other people, including people in countries/communities where Panjabi is spoken.

Work and Education
School/College and Future Plans

- What school/college is like.
- Pressures and problems

Current and Future Jobs

- Looking for and getting a job
- Advantages and disadvantages of different jobs.

AQA GCSE Specification 2011

3 – Some suggestions for effective teaching and developing GCSE Panjabi Speaking Skills

Speaking is probably the most difficult skill of all to practise effectively. In speaking, learners need to know how to use the right words in the right order with the correct pronunciation. They should know when the clarity of message is essential and when precise understanding is not required. They should also understand how to take into account who is speaking to whom, in what circumstances, about what and for what reasons.

In the communicative model of language teaching teachers help students to develop their knowledge by providing authentic practice that prepares them for real life communication situations. They help their students to develop the ability to produce grammatically correct, logically connected sentences appropriate to specific contexts.

When teaching, teachers should keep in mind the fact that they have in front of them a mixed class with varied ability, expectations, motivations, knowledge and different learning styles.

It is essential that teachers create a positive and relaxed atmosphere in their classrooms. There may be students who are shy to speak in front of others. Never force such students to speak in front of the whole class. However, over a period of time these shy students should start taking active part in the oral activities in the class.

The aims of the lesson should be clear. Tell the students what they are going to do in the lesson and the purpose of each activity. Ensure the students are clear at each stage of the lesson and then summarise at the end. This will give the students confidence and security.

Ensure the students hear a variety of voices. It can be you, your assistant teacher, visitors and recorded items such as model dialogues, interviews, news, cultural events and videos.

Use a variety of visual supports to help students such as facial expressions, gestures and actions. Also flash cards, photos, picture series, posters, symbols, videos as many as you can prepare and organize will motivate students to speak and learn.

With the help of mixed activities such as pair work, group work, role plays, conversations, discussions, dialogues, songs, poems, students speaking abilities grow and their pronunciation gets better.

Interaction is an important way of learning. Therefore, increased oral emphasis should be included in teaching to give students as much speaking time as possible.

As students get familiar with the topic and vocabulary, teachers should provide them the opportunity to work in pairs, groups and also to perform in front of the class. Other activities such as talking about pictures, pictures stories and story telling can also prove useful in developing students' speaking skills.

Technology can play an important part to develop students' speaking skills. Activities such as debates on different topics can be arranged between different schools via video conferencing.

During teacher directed conversations open ended questions wherever possible should be used to stretch the students. Closed questions and alternative questions give students more support but are more limiting.

Divide the class into small groups and target a few students at a time.

Students should have a lot of opportunities to practice answering those questions which require them to give their own opinions, views, reasons and also to use present, past and future tenses in their answers.

Teachers should provide opportunities for mini presentations by groups, pairs and individual students.

It is essential that teachers provide plenty of tests of the GCSE Panjabi oral examination – presentation and discussion and conversation.

Students should have opportunities to ask the teacher and each other questions.

Give students the marking criteria and get them to evaluate each other's performance.

Teachers should maximize the output from students in terms of everyday language needed whilst in the classroom. Teachers should also arrange more casual conversations in Panjabi outside the classroom with students.

During conversation teachers should put the students at ease and encourage them to demonstrate a wide range of conversational and linguistic skills as possible within their abilities.

4 – Questioning Techniques

For effective communication asking the right questions is very important. You can get better information, learn more and develop good relationships by asking the right questions. Therefore, teachers must be familiar with the questioning techniques to gain the fullest information from their students.

By applying the appropriate kind of questioning techniques teachers can gain the information and response they want. Teachers should make sure that students are given enough time to answer the questions. This may need to include the time to think before answering. It is sometimes seen that teacher examiners do not give enough time to students to think and then answer a question before another question is asked. In these cases students are disadvantaged because they do not get enough time to answer questions.

There are several types of questions which teacher examiners can use to elicit the information they want. The following are some of the most important questioning techniques commonly used by teachers.

1. Closed questions

These questions lead to the answer yes or no. Here are some examples :

- Do you go home for lunch ?
- ਕੀ ਤੁਸੀਂ ਦੁਪਹਿਰ ਦਾ ਖਾਣਾ ਘਰ ਖਾਣ ਜਾਂਦੇ ਹੋ ?

- Are you hungry ?
- ਕੀ ਤੁਸੀਂ ਭੁੱਖੇ ਹੋ ?

- Can I borrow your book ?
- ਕੀ ਮੈਂ ਤੁਹਾਡੀ ਕਿਤਾਬ ਲੈ ਸਕਦਾ ਹਾਂ ?

In all these questions the answer is either yes or no.

Closed questions also supply the answer. Here are some examples :

- Do you go home for lunch or eat at school ?
- ਕੀ ਤੁਸੀਂ ਦੁਪਹਿਰ ਦਾ ਖਾਣਾ ਖਾਣ ਲਈ ਘਰ ਜਾਂਦੇ ਹੋ ਜਾਂ ਸਕੂਲ ਵਿੱਚ ਖਾਂਦੇ ਹੋ ?

- Is your brother older than you or your sister?
- ਕੀ ਤੁਹਾਥੋਂ ਤੁਹਾਡਾ ਭਰਾ ਵੱਡਾ ਹੈ ਕਿ ਤੁਹਾਡੀ ਭੈਣ ਵੱਡੀ ਹੈ?

In these questions the answer is already provided. As far as possible these types of questions should rarely be used because you can hardly get any information from the students.

2. Specific questions

These questions lead to a very short answer. Here are some examples:

- How many brothers and sisters are you?
- ਤੁਸੀਂ ਕਿੰਨੇ ਭੈਣ ਭਰਾ ਹੋ?

- How do you go to school?
- ਤੁਸੀਂ ਸਕੂਲ ਕਿਸ ਤਰ੍ਹਾਂ ਜਾਂਦੇ ਹੋ?

- Where do you eat your lunch?
- ਤੁਸੀਂ ਆਪਣਾ ਦੁਪਹਿਰ ਦਾ ਖਾਣਾ ਕਿਥੇ ਖਾਂਦੇ ਹੋ?

For all these questions the answers are very short such as:

1. ਚਾਰ, 2. ਪੈਦਲ, 3. ਸਕੂਲ ਵਿੱਚ

Therefore, these type of questions should also be avoided while teaching or conducting the speaking tests as these questions will not help to get extended information from the students.

3. Open-ended questions

Open-ended questions lead to a longer answer and cannot be answered by a yes or no answer. Here are some examples:

- Tell me something about the film you have recently seen.
- ਜਿਹੜੀ ਫ਼ਿਲਮ ਤੁਸੀਂ ਹੁਣੇ ਹੁਣੇ ਦੇਖੀ ਹੈ, ਉਸ ਬਾਰੇ ਕੁਝ ਦੱਸੋ।

- Tell me something more about the film.

- ਇਸ ਫ਼ਿਲਮ ਬਾਰੇ ਕੁਝ ਹੋਰ ਦੱਸੋ।

- What are your views about your new school?

- ਤੁਹਾਡੇ ਆਪਣੇ ਨਵੇਂ ਸਕੂਲ ਬਾਰੇ ਕੀ ਵਿਚਾਰ ਹਨ ?

- Why do you not like your school uniform?

- ਤੁਸੀਂ ਆਪਣੇ ਸਕੂਲ ਦੀ ਵਰਦੀ ਕਿਉਂ ਪਸੰਦ ਨਹੀਂ ਕਰਦੇ ?

- Describe how the accident took place.

- ਦੱਸੋ ਕਿ ਐਕਸੀਡੈਂਟ ਕਿਸ ਤਰ੍ਹਾਂ ਹੋਇਆ ?

These questions are good for developing an open conversation, finding out more information, and other people's opinion or issues. In the examination more open-ended questions should be used so that candidates can show their ability to express themselves to their full ability and score maximum marks. Open ended questions are appropriate for all candidates of all abilities as they elicit a personal response from them.

4. Probing questions

Probing questions are asked to investigate further or when you need additional information for clarification. These questions are good to gain clarification to ensure you have the whole story. Here are some examples :

- What exactly do you mean by fast track?

- ਤੁਹਾਡਾ ਫ਼ਾਸਟ ਟ੍ਰੈਕ ਤੋਂ ਠੀਕ ਕੀ ਭਾਵ ਹੈ ?

- Who exactly wanted this information?

- ਵਿਸ਼ੇਸ਼ ਤੌਰ 'ਤੇ ਇਹ ਜਾਣਕਾਰੀ ਕਿਸ ਨੂੰ ਚਾਹੀਦੀ ਹੈ ?

5. Leading questions

Leading questions try to lead the respondent to your way of thinking. Leading questions are good for getting the answer you want. Here is an example :

- So you did not enjoy your holiday then?
- ਤਾਂ ਫੇਰ ਤੁਹਾਨੂੰ ਛੁੱਟੀਆਂ 'ਚ ਮਜ਼ਾ ਨਹੀਂ ਆਇਆ ?

6. Hypothetical questions

Hypothetical questions make a supposition about the future. Here is an example :

- If by chance you win a lottery what will you do with your money?
- ਜੇ ਤੁਹਾਡੀ ਕਿਸਮਤ ਚੰਗੀ ਹੋਵੇ ਅਤੇ ਤੁਹਾਡੀ ਲਾਟਰੀ ਨਿਕਲ ਆਵੇ ਤਾਂ ਤੁਸੀਂ ਪੈਸਿਆਂ ਨਾਲ ਕੀ ਕਰੋਗੇ ?

7. Multiple questions

When several questions are asked in one sentence, they are called multiple type questions. Here is an example:

- When was the party, how did you go there and what did you eat?
- ਪਾਰਟੀ ਕਦੋਂ ਸੀ, ਤੁਸੀਂ ਉਥੇ ਕਿਸ ਤਰ੍ਹਾਂ ਗਏ ਸੀ ਅਤੇ ਤੁਸੀਂ ਕੀ ਖਾਧਾ ?

8. Either or questions

In either or questions two alternatives are offered and the respondent is required to choose one. These questions are generally followed up by 'why'. Here is an example :

- Would you like to go to the cinema with your friends or your family? Why?
- ਕੀ ਤੁਸੀਂ ਸਿਨੇਮਾ ਆਪਣੇ ਮਿੱਤਰਾਂ/ਆਪਣੀਆਂ ਸਹੇਲੀਆਂ ਨਾਲ ਜਾਣਾ ਚਾਹੋਗੇ ਜਾਂ ਆਪਣੇ ਪਰਿਵਾਰ ਨਾਲ ? ਕਿਉਂ ?

5 – Examples of Cue cards for Presentation and Conversation

Candidates are allowed to use a cue card for their presentation. Candidates are also allowed to use a cue card for each of the contexts chosen for conversation. Therefore, candidates can take with them, if they wish one cue card for presentation and two cue cards for conversation into the examination room. The cue card must not contain more than five short headings on each of the context chosen by the candidate. The headings must not contain conjugated verbs or full sentences. The headings can either be in English or in Panjabi.

Some examples of cue cards are given below :

Example 1
Context : Lifestyle - Health

- Eating and drinking habits
- Healthy food
- Unhealthy food
- Sport and exercise
- Importance of good health

Example 2
Context : Leisure - Advantages and disadvantages of new technology

1. Age of new technology
2. Advantages of new technology
3. Disadvantages of new technology
4. Technology and my school work
5. Advice for others

Example 3

Context : Leisure – Fashion and Trends

1. ਅੱਜ ਕੱਲ੍ਹ ਦਾ ਫ਼ੈਸ਼ਨ – ਪੁਰਸ਼ ਅਤੇ ਇਸਤਰੀਆਂ
2. ਨੌਜਵਾਨਾਂ ਦਾ ਫ਼ੈਸ਼ਨ
3. ਫ਼ੈਸ਼ਨ ਅਤੇ ਟਰੈਂਡ ਬਦਲਣ ਦੇ ਕਾਰਨ
4. ਨਵਾਂ ਫ਼ੈਸ਼ਨ – ਮਹਿੰਗਾ/ਸਸਤਾ
5. ਨਵੇਂ ਫ਼ੈਸ਼ਨ ਅਤੇ ਟਰੈਂਡ ਬਾਰੇ ਵਿਚਾਰ

Example 4

Context : Lifestyle – Relationships and Choices

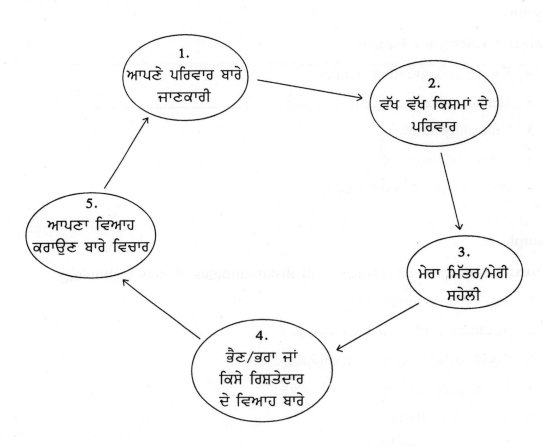

Example 5

Context : Lifestyle – Relationships and Choices (Social issues and equality)

1. ਪੰਜਾਬੀ ਸਮਾਜ ਵਿੱਚ ਮੁੰਡੇ ਅਤੇ ਕੁੜੀਆਂ ਦਾ ਸਥਾਨ;
2. ਮੁੰਡਿਆਂ ਦੇ ਮੁਕਾਬਲੇ ਕੁੜੀਆਂ ਦੀ ਘੱਟ ਗਿਣਤੀ;
3. ਕੁੜੀਆਂ ਅਤੇ ਮੁੰਡਿਆਂ ਦੇ ਵਿਆਹਾਂ ਵਿੱਚ ਆਉਣ ਵਾਲੀਆਂ ਔਕੜਾਂ;
4. ਕੁੜੀਆਂ ਦੀਆਂ ਸ਼ਾਦੀਆਂ ਵਿੱਚ ਫ਼ਜ਼ੂਲ ਖ਼ਰਚੀ;
5. ਪੰਜਾਬੀ ਸਮਾਜਿਕ ਬੁਰਾਈਆਂ ਨੂੰ ਦੂਰ ਕਰਨ ਲਈ ਸੁਝਾਅ।

6 – Examples of Presentation and Discussion

Context Leisure – Holidays

Example 1

Teacher - examiner

ਹੁਣ ਤੁਸੀਂ ਆਪਣਾ ਪਰੈੱਜ਼ਨਟੇਸ਼ਨ ਸ਼ੁਰੂ ਕਰੋ।

Candidate starts the presentation

ਮੈਂ ਤੁਹਾਨੂੰ ਆਪਣੀਆਂ ਪਿਛਲੀਆਂ ਗਰਮੀ ਦੀਆਂ ਛੁੱਟੀਆਂ ਬਾਰੇ ਦੱਸਾਂਗੀ। ਪਿਛਲੇ ਸਾਲ ਗਰਮੀ ਦੀਆਂ ਛੁੱਟੀਆਂ ਵਿੱਚ ਮੈਂ ਪੰਜਾਬ ਗਈ ਸੀ। ਮੈਂ ਆਪਣੇ ਪਰਿਵਾਰ ਨਾਲ ਗਈ ਸੀ। ਮੇਰੇ ਪਿਤਾ ਜੀ ਨੇ ਇੰਟਰਨੈੱਟ 'ਤੇ ਹਵਾਈ ਟਿਕਟ ਖ਼ਰੀਦੇ ਸਨ ਜੋ ਟ੍ਰੈਵਲ ਏਜੰਟਾਂ ਨਾਲੋਂ ਕਾਫ਼ੀ ਸਸਤੇ ਮਿਲ ਗਏ ਸਨ। ਅਸੀਂ ਬਰਮਿੰਘਮ ਤੋਂ ਜਹਾਜ਼ ਲਿਆ ਸੀ ਅਤੇ ਦੂਜੇ ਦਿਨ ਅੰਮ੍ਰਿਤਸਰ ਦੇ ਹਵਾਈ ਅੱਡੇ 'ਤੇ ਪਹੁੰਚ ਗਏ ਸੀ। ਉਥੇ ਮੇਰੇ ਮਾਮਾ ਜੀ ਅਤੇ ਮਾਮੀ ਜੀ ਸਾਨੂੰ ਲੈਣ ਲਈ ਆਏ ਹੋਏ ਸਨ।

ਅਸੀਂ ਮਾਮਾ ਜੀ ਅਤੇ ਮਾਮੀ ਜੀ ਨੂੰ ਮਿਲ ਕੇ ਬਹੁਤ ਖ਼ੁਸ਼ ਹੋਏ। ਏਅਰਪੋਰਟ ਤੋਂ ਸਿੱਧੇ ਅਸੀਂ ਹਰਿਮੰਦਰ ਸਾਹਿਬ ਦੇ ਦਰਸ਼ਨ ਕਰਨ ਲਈ ਪਹੁੰਚ ਗਏ ਸੀ। ਹਰਿਮੰਦਰ ਸਾਹਿਬ ਦੇ ਦਰਸ਼ਨ ਕਰ ਕੇ ਅਤੇ ਉੱਥੇ ਕੀਰਤਨ ਸੁਣ ਕੇ ਮਨ ਨੂੰ ਬਹੁਤ ਸ਼ਾਂਤੀ ਆਈ। ਅਸੀਂ ਉਥੇ ਕੋਈ ਦੋ ਕੁ ਘੰਟੇ ਠਹਿਰੇ ਸੀ ਅਤੇ ਲੰਗਰ ਵੀ ਉਥੇ ਹੀ ਛਕਿਆ ਸੀ। ਇਹ ਦੇਖ ਕੇ ਕਿ ਉਥੇ ਹਜ਼ਾਰਾਂ ਦੀ ਗਿਣਤੀ ਵਿੱਚ ਮੱਥਾ ਟੇਕਣ ਲਈ ਆਏ ਲੋਕੀਂ ਹਰ ਰੋਜ਼ ਲੰਗਰ ਛਕਦੇ ਹਨ, ਬੜੀ ਖ਼ੁਸ਼ੀ ਹੋਈ ਸੀ ਅਤੇ ਕੁਝ ਹੈਰਾਨੀ ਵੀ। ਹਰਿਮੰਦਰ ਸਾਹਿਬ ਦੇ ਦਰਸ਼ਨ ਕਰਨ ਲਈ ਆਉਣ ਵਾਲੇ ਲੋਕਾਂ ਦੀ ਹਰ ਰੋਜ਼ ਬਹੁਤ ਭੀੜ ਰਹਿੰਦੀ ਹੈ। ਕਈ ਵਾਰ ਭੀੜ ਐਨੀ ਹੁੰਦੀ ਹੈ ਕਿ ਬਜ਼ੁਰਗ ਅਤੇ ਛੋਟੇ ਬੱਚਿਆਂ ਲਈ ਮੱਥਾ ਟੇਕਣ ਜਾਣਾ ਮੁਸ਼ਕਿਲ ਹੁੰਦਾ ਹੈ।

ਇਸ ਤੋਂ ਬਾਅਦ ਮਾਮਾ ਜੀ ਅਤੇ ਮਾਮੀ ਜੀ ਸਾਨੂੰ ਆਪਣੇ ਪਿੰਡ ਲੈ ਗਏ ਸਨ। ਇੱਥੇ ਸਾਨੂੰ ਬਹੁਤ ਮਾਣ ਅਤੇ ਸਤਿਕਾਰ ਮਿਲਿਆ। ਪਿੰਡਾਂ ਦੇ ਲੋਕ ਬਹੁਤ ਮਿਲਣਸਾਰ ਹਨ ਅਤੇ ਜਿਥੇ ਵੀ ਅਸੀਂ ਜਾਂਦੇ ਸੀ, ਸਾਨੂੰ ਬਹੁਤ ਪਿਆਰ ਮਿਲਦਾ ਸੀ। ਬਹੁਤ ਸਾਰੇ ਰਿਸ਼ਤੇਦਾਰ ਸਾਨੂੰ ਮਿਲਣ ਲਈ ਆਏ ਸਨ। ਮੈਨੂੰ ਪਿੰਡ ਵਿੱਚ ਰਹਿਣਾ ਬਹੁਤ ਚੰਗਾ ਲੱਗਾ ਕਿਉਂਕਿ ਇੱਥੇ ਸ਼ਹਿਰਾਂ ਨਾਲੋਂ ਭੀੜ ਵੀ ਘੱਟ ਹੁੰਦੀ ਹੈ ਅਤੇ ਪ੍ਰਦੂਸ਼ਨ ਵੀ ਘੱਟ। ਅਸੀਂ ਚੰਡੀਗੜ੍ਹ, ਜਲੰਧਰ, ਅਨੰਦਪੁਰ ਸਾਹਿਬ ਵੀ ਗਏ ਸੀ। ਚੰਡੀਗੜ੍ਹ ਮੈਨੂੰ ਬਹੁਤ ਸੋਹਣਾ ਸ਼ਹਿਰ ਲੱਗਿਆ ਕਿਉਂਕਿ ਇੱਥੇ ਸੜਕਾਂ ਚੌੜੀਆਂ ਹਨ ਅਤੇ ਮਕਾਨਾਂ ਦੇ ਡਿਜ਼ਾਈਨ ਬਹੁਤ ਸੋਹਣੇ ਹਨ। ਮੈਨੂੰ ਪੰਜਾਬ ਵਿੱਚ ਛੁੱਟੀਆਂ ਗੁਜ਼ਾਰ ਕੇ ਬਹੁਤ ਮਜ਼ਾ ਆਇਆ। ਮੈਂ ਅਗਲੇ ਸਾਲ ਛੁੱਟੀਆਂ ਵਿੱਚ ਪੰਜਾਬ ਫੇਰ ਜਾਵਾਂਗੀ ਅਤੇ ਕਈ ਹੋਰ ਥਾਵਾਂ ਦੇਖਾਂਗੀ ਜੋ ਮੈਂ ਇਸ ਵਾਰ ਨਹੀਂ ਦੇਖ ਸਕੀ।

Discussion

The following are some of the possible questions which the teacher examiner can ask for discussion.

- ਛੁੱਟੀਆਂ 'ਤੇ ਜਾਣ ਤੋਂ ਪਹਿਲਾਂ ਤੁਸੀਂ ਅਤੇ ਤੁਹਾਡੇ ਪਰਿਵਾਰ ਨੇ ਕੀ ਕੀ ਤਿਆਰੀ ਕੀਤੀ ਸੀ ?

- ਹਵਾਈ ਜਹਾਜ਼ ਦੇ ਸਫ਼ਰ ਬਾਰੇ ਕੁਝ ਦੱਸੋ ਅਤੇ ਹਵਾਈ ਜਹਾਜ਼ ਵਿੱਚ ਯਾਤਰੀਆਂ ਲਈ ਕੀ ਕੀ ਸਹੂਲਤਾਂ ਸਨ ?

- ਅੰਮ੍ਰਿਤਸਰ ਤੁਹਾਨੂੰ ਕੀ ਚੰਗਾ ਲੱਗਾ ਅਤੇ ਕਿਉਂ ?

- ਹਰਿਮੰਦਰ ਸਾਹਿਬ ਮੱਥਾ ਟੇਕਣ ਜਾਣ ਵਾਲੇ ਯਾਤਰੀਆਂ ਦੀ ਭੀੜ ਦੀ ਸਮੱਸਿਆ ਦੇ ਹੱਲ ਲਈ ਤੁਸੀਂ ਕੀ ਸੁਝਾਅ ਦੇਣਾ ਚਾਹੋਗੇ ?

- ਪੰਜਾਬ ਵਿੱਚ ਆਪਣੇ ਰਿਸ਼ਤੇਦਾਰਾਂ ਬਾਰੇ ਕੁਝ ਦੱਸੋ ?

Context – Home and Environment

Example 2

Topic - My town

Teacher - examiner

ਹੁਣ ਤੁਸੀਂ ਆਪਣਾ ਪਰੈੱਜ਼ਨਟੇਸ਼ਨ ਸ਼ੁਰੂ ਕਰੋ।

Candidate starts the presentation

ਮੈਂ ਤੁਹਾਨੂੰ ਆਪਣੇ ਸ਼ਹਿਰ ਬਾਰੇ ਦੱਸਾਂਗਾ। ਮੇਰੇ ਸ਼ਹਿਰ ਦਾ ਨਾਂ ਬਰਮਿੰਘਮ ਹੈ। ਇਹ ਬਹੁਤ ਵੱਡਾ ਸ਼ਹਿਰ ਹੈ। ਕਹਿੰਦੇ ਹਨ ਕਿ ਇਹ ਸ਼ਹਿਰ ਵੱਸੋਂ ਅਤੇ ਏਰੀਏ ਦੇ ਹਿਸਾਬ ਨਾਲ ਲੰਡਨ ਤੋਂ ਬਾਅਦ ਦੂਜੇ ਨੰਬਰ 'ਤੇ ਆਉਂਦਾ ਹੈ।

ਇਸ ਸ਼ਹਿਰ ਦੇ ਆਲੇ-ਦੁਆਲੇ ਸੜਕਾਂ ਦਾ ਜਾਲ ਵਿਛਿਆ ਹੋਇਆ ਹੈ। ਇੱਥੇ ਇੱਕ ਵੱਡਾ ਰੇਲਵੇ ਸਟੇਸ਼ਨ ਅਤੇ ਇੱਕ ਏਅਰਪੋਰਟ ਵੀ ਹੈ। ਇੱਥੋਂ ਇੰਗਲੈਂਡ ਦੇ ਦੂਜੇ ਸ਼ਹਿਰਾਂ ਨੂੰ ਜਾਣਾ ਸੌਖਾ ਹੈ ਕਿਉਂਕਿ ਇੱਥੋਂ ਹਰ ਪਾਸੇ ਨੂੰ ਗੱਡੀਆਂ ਅਤੇ ਕੋਚਾਂ ਜਾਂਦੀਆਂ ਹਨ। ਏਅਰਪੋਰਟ ਦੇ ਹੋਣ ਕਰਕੇ ਲੋਕੀਂ ਦੂਜੇ ਦੇਸ਼ਾਂ ਨੂੰ ਵੀ ਬੜੀ ਆਸਾਨੀ ਨਾਲ ਜਾ ਸਕਦੇ ਹਨ।

ਬਰਮਿੰਘਮ ਵਿੱਚ ਇੱਕ ਨੈਸ਼ਨਲ ਐਗਜ਼ੀਬੀਸ਼ਨ ਸੈਂਟਰ ਹੈ ਜਿੱਥੇ ਵੱਖ ਵੱਖ ਕੰਪਨੀਆਂ ਆਪਣੀਆਂ ਚੀਜ਼ਾਂ ਦੀਆਂ ਪ੍ਰਦਰਸ਼ਨੀਆਂ ਕਰਦੀਆਂ ਹਨ। ਇੱਥੇ ਬਹੁਤ ਸਾਰੇ ਸਭਿਆਚਾਰਕ ਪ੍ਰੋਗਰਾਮ ਵੀ ਹੁੰਦੇ ਹਨ। ਇਸ ਸੈਂਟਰ ਵਿੱਚ ਲੋਕੀਂ ਬੜੀ ਆਸਾਨੀ ਨਾਲ ਜਾ ਸਕਦੇ ਹਨ ਕਿਉਂਕਿ ਇਹ ਏਅਰਪੋਰਟ ਦੇ ਲਾਗੇ ਹੈ ਅਤੇ ਬਰਮਿੰਘਮ ਇੰਟਰਨੈਸ਼ਨਲ ਰੇਲਵੇ ਸਟੇਸ਼ਨ ਵੀ ਕੋਈ ਬਹੁਤਾ ਦੂਰ ਨਹੀਂ ਹੈ। ਪਿਛਲੇ ਸਾਲ ਮੈਂ ਗੁਰਦਾਸ ਮਾਨ ਦਾ ਪ੍ਰੋਗਰਾਮ ਐਗਜ਼ੀਬੀਸ਼ਨ ਸੈਂਟਰ ਵਿੱਚ ਦੇਖਿਆ ਸੀ। ਮੈਨੂੰ ਇਹ ਪ੍ਰੋਗਰਾਮ ਬਹੁਤ ਪਸੰਦ ਆਇਆ ਸੀ ?

ਪੜ੍ਹਾਈ ਕਰਕੇ ਵੀ ਇਹ ਸ਼ਹਿਰ ਕਾਫ਼ੀ ਪ੍ਰਸਿੱਧ ਹੈ। ਇੱਥੇ ਉੱਚ-ਵਿੱਦਿਆ ਲਈ ਕਈ ਕਾਲਜ ਅਤੇ ਤਿੰਨ ਯੂਨੀਵਰਸਿਟੀਆਂ ਵੀ ਹਨ। ਮੈਂ ਇਹ ਸ਼ਹਿਰ ਬਹੁਤ ਪਸੰਦ ਕਰਦਾ ਹਾਂ ਕਿਉਂਕਿ ਇੱਥੇ ਕਈ ਧਰਮਾਂ ਦੇ ਲੋਕ ਬੜੇ ਪਿਆਰ ਨਾਲ ਰਹਿੰਦੇ ਹਨ। ਇਸ ਸ਼ਹਿਰ ਵਿੱਚ ਲੋਕਾਂ ਲਈ ਹਰ ਤਰ੍ਹਾਂ ਦੀਆਂ ਸਹੂਲਤਾਂ ਹਨ।

Discussion

The following are some of the possible questions which the teacher examiner can ask for discussion.

- ਬਰਮਿੰਘਮ ਦੇ ਟਾਊਨ ਸੈਂਟਰ ਬਾਰੇ ਕੁਝ ਦੱਸੋ।
- ਜੇ ਤੁਹਾਡੇ ਘਰ ਕੋਈ ਪ੍ਰਾਹੁਣੇ ਆਏ ਹੋਣ ਤਾਂ ਤੁਸੀਂ ਉਹਨਾਂ ਨੂੰ ਬਰਮਿੰਘਮ ਦੀ ਕਿਹੜੀ ਕਿਹੜੀ ਥਾਂ ਦਿਖਾਉਣੀ ਚਾਹੋਗੇ ਅਤੇ ਕਿਉਂ ?

- ਏਅਰਪੋਰਟ ਦੇ ਲਾਗੇ ਰਹਿਣ ਵਾਲੇ ਲੋਕਾਂ ਨੂੰ ਏਅਰਪੋਰਟ ਦੇ ਕੀ ਫ਼ਾਇਦੇ ਅਤੇ ਕੀ ਨੁਕਸਾਨ ਹਨ ?

- ਬਰਮਿੰਘਮ ਦੇ ਜਿਸ ਇਲਾਕੇ ਵਿੱਚ ਤੁਸੀਂ ਰਹਿੰਦੇ ਹੋ, ਉਸ ਬਾਰੇ ਤੁਸੀਂ ਕੀ ਸਭ ਤੋਂ ਵੱਧ ਪਸੰਦ ਕਰਦੇ ਹੋ ਅਤੇ ਕਿਉਂ ?

- ਇਸ ਇਲਾਕੇ ਬਾਰੇ ਤੁਸੀਂ ਕੀ ਪਸੰਦ ਨਹੀਂ ਕਰਦੇ ਅਤੇ ਕਿਉਂ ?

- ਪਿਛਲੇ ਸਾਲ ਜੋ ਤੁਸੀਂ ਗੁਰਦਾਸ ਮਾਨ ਦਾ ਪ੍ਰੋਗਰਾਮ ਦੇਖਿਆ ਸੀ, ਇਸ ਬਾਰੇ ਕੁਝ ਹੋਰ ਦੱਸੋ।

7 – Examples of some Conversation Questions and Answers for Grade F, C and A Candidates

Please note these examples are for context one only.

Students are required to choose two contexts for conversation.

Context – Leisure

Topic - Holidays

Grade F

Candidate 1

Q.1. ਤੁਸੀਂ ਛੁੱਟੀਆਂ ਵਿੱਚ ਕਿੱਥੇ ਗਏ ਸੀ ?

A. ਪੰਜਾਬ ਗਿਆ/ਗਈ ਸੀ।

Q.2. ਤੁਸੀਂ ਕਦੋਂ ਗਏ ਸੀ ?

A. ਜੁਲਾਈ ਵਿੱਚ/ਕ੍ਰਿਸਮਿਸ ਦੀਆਂ ਛੁੱਟੀਆਂ ਵਿੱਚ।

Q.3. ਤੁਹਾਡੇ ਨਾਲ ਹੋਰ ਕੌਣ ਗਿਆ ਸੀ ?

A. ਮੇਰੇ ਮਾਤਾ ਪਿਤਾ ਨਾਲ ਗਏ ਸਨ।

Q.4. ਉੱਥੇ ਤੁਸੀਂ ਕੀ ਕੀ ਦੇਖਿਆ ਸੀ ?

A. ਗੋਲਡਨ ਟੈਂਪਲ, ਰੌਕ ਗਾਰਡਨ, ਸੁਖਨਾ ਝੀਲ।

Q.5. ਪੰਜਾਬ ਵਿੱਚ ਤੁਹਾਨੂੰ ਕੀ ਚੰਗਾ ਲੱਗਿਆ ?

A. ਉਥੋਂ ਦੇ ਲੋਕ ਬਹੁਤ ਚੰਗੇ ਹਨ ਤੇ ਸਭ ਨਾਲ ਪਿਆਰ ਕਰਦੇ ਹਨ।

Q.6. ਉੱਥੇ ਤੁਹਾਨੂੰ ਕੀ ਚੰਗਾ ਨਹੀਂ ਲੱਗਿਆ ?

A. ਮੌਸਮ ਚੰਗਾ ਨਹੀਂ ਲੱਗਿਆ, ਬਹੁਤ ਗਰਮੀ ਸੀ।

Q.7. ਤੁਹਾਡਾ ਅਗਲੇ ਸਾਲ ਛੁੱਟੀਆਂ ਦਾ ਕੀ ਪ੍ਰੋਗਰਾਮ ਹੈ ?

A. ਕਨੇਡਾ ਜਾਣਾ। ਮਾਸੀ ਦੀ ਕੁੜੀ ਦਾ ਵਿਆਹ ਹੈ।

Comments

This candidate takes part in a simple conversation. Although the answers are rather short in some cases, the simple information and main points are conveyed. He also expresses his opinion about what he liked and disliked about his holidays.

Grade C

Candidate 2

Q.1. ਪਿਛਲੇ ਸਾਲ ਤੁਸੀਂ ਛੁੱਟੀਆਂ ਵਿੱਚ ਕਿੱਥੇ ਗਏ ਸੀ ?

A. ਪਿਛਲੇ ਸਾਲ ਮੈਂ ਛੁੱਟੀਆਂ ਵਿੱਚ ਆਪਣੇ ਪਰਿਵਾਰ ਨਾਲ ਪੰਜਾਬ ਗਈ ਸੀ।

Q.2. ਤੁਸੀਂ ਛੁੱਟੀਆਂ ਲਈ ਪੰਜਾਬ ਕਿਉਂ ਚੁਣਿਆ ਸੀ ?

A. ਕਿਉਂਕਿ ਪੰਜਾਬ ਵਿੱਚ ਮੇਰੇ ਨਾਨਾ ਜੀ ਅਤੇ ਨਾਨੀ ਜੀ ਰਹਿੰਦੇ ਹਨ। ਇਸ ਲਈ ਅਸੀਂ ਸੋਚਿਆ ਕਿ ਅਸੀਂ ਛੁੱਟੀਆਂ ਵੀ ਕਰ ਲਵਾਂਗੇ ਅਤੇ ਆਪਣੇ ਨਾਨਾ ਜੀ ਅਤੇ ਨਾਨੀ ਜੀ ਨੂੰ ਵੀ ਮਿਲ ਲਵਾਂਗੇ। ਮੇਰੇ ਮਾਤਾ ਜੀ ਉਹਨਾਂ ਨੂੰ ਬਹੁਤ ਮਿਲਣਾ ਚਾਹੁੰਦੇ ਸਨ।

Q.3. ਤੁਸੀਂ ਉੱਥੇ ਕਿੰਨਾ ਚਿਰ ਠਹਿਰੇ ਸੀ ?

A. ਮੈਨੂੰ ਤਾਂ ਛੇ ਹਫ਼ਤਿਆਂ ਦੀਆਂ ਛੁੱਟੀਆਂ ਸਨ ਪਰ ਪਿਤਾ ਜੀ ਨੂੰ ਸਿਰਫ਼ ਤਿੰਨ ਹਫ਼ਤਿਆਂ ਦੀਆਂ ਹੀ ਛੁੱਟੀਆਂ ਸਨ। ਇਸ ਲਈ ਅਸੀਂ ਪੰਜਾਬ ਵਿੱਚ ਤਿੰਨ ਹਫ਼ਤੇ ਠਹਿਰੇ ਸੀ।

Q.4. ਤੁਸੀਂ ਪੰਜਾਬ ਵਿੱਚ ਕਿੱਥੇ ਠਹਿਰੇ ਸੀ ? ਉਸ ਹੋਟਲ ਜਾਂ ਥਾਂ ਬਾਰੇ ਕੁਝ ਦੱਸੋ ਜਿੱਥੇ ਤੁਸੀਂ ਠਹਿਰੇ ਸੀ।

A. ਅਸੀਂ ਆਪਣਾ ਜ਼ਿਆਦਾ ਸਮਾਂ ਆਪਣੇ ਨਾਨਾ ਜੀ ਅਤੇ ਨਾਨੀ ਜੀ ਨਾਲ ਚੰਡੀਗੜ੍ਹ ਵਿੱਚ ਗੁਜ਼ਾਰਿਆ ਸੀ। ਚੰਡੀਗੜ੍ਹ ਵਿੱਚ ਉਹਨਾਂ ਦੀ ਇੱਕ ਬਹੁਤ ਵੱਡੀ ਕੋਠੀ ਹੈ। ਇਸ ਕੋਠੀ ਵਿੱਚ ਪੰਜ ਸੌਣ ਵਾਲੇ ਕਮਰੇ, ਚਾਰ ਗੁਸਲਖ਼ਾਨੇ, ਇੱਕ ਵੱਡੀ ਰਸੋਈ ਅਤੇ ਇੱਕ ਬੈਠਣ ਵਾਲਾ ਕਮਰਾ ਹੈ।

Q.5. ਚੰਡੀਗੜ੍ਹ ਸ਼ਹਿਰ ਬਾਰੇ ਤੁਹਾਡੇ ਕੀ ਵਿਚਾਰ ਹਨ ?

A. ਮੈਨੂੰ ਤਾਂ ਚੰਡੀਗੜ੍ਹ ਇੱਕ ਬਹੁਤ ਹੀ ਸੁੰਦਰ ਸ਼ਹਿਰ ਲੱਗਿਆ ਕਿਉਂਕਿ ਇਹ ਬਾਕੀ ਸ਼ਹਿਰਾਂ ਨਾਲੋਂ ਕਾਫ਼ੀ ਸਾਫ਼-ਸੁਥਰਾ ਸ਼ਹਿਰ ਹੈ ਅਤੇ ਇੱਥੇ ਸੜਕਾਂ ਵੀ ਚੌੜੀਆਂ ਹਨ।

Q.6. ਚੰਡੀਗੜ੍ਹ ਵਿੱਚ ਤੁਹਾਨੂੰ ਹੋਰ ਕੀ ਕੀ ਚੰਗਾ ਲੱਗਾ ਅਤੇ ਕਿਉਂ ?

A. ਚੰਡੀਗੜ੍ਹ ਵਿੱਚ ਤਾਂ ਬਹੁਤ ਸਾਰੀਆਂ ਦੇਖਣ ਵਾਲੀਆਂ ਥਾਵਾਂ ਹਨ ਪਰ ਮੈਨੂੰ ਰੌਕ ਗਾਰਡਨ, ਰੋਜ਼ ਗਾਰਡਨ ਅਤੇ ਸੁਖਨਾ ਝੀਲ ਬਹੁਤੇ ਚੰਗੇ ਲੱਗੇ। ਰੌਕ ਗਾਰਡਨ ਨੂੰ ਦੇਖ ਕੇ ਬੜੀ ਹੈਰਾਨੀ ਹੋਈ ਕਿ ਕਿਸ ਤਰ੍ਹਾਂ ਟੁੱਟੀਆਂ ਭੱਜੀਆਂ ਚੀਜ਼ਾਂ ਤੋਂ ਸੋਹਣੇ ਸੋਹਣੇ ਮਾਡਲ ਬਣਾਏ ਹਨ।

Q.7. ਪੰਜਾਬ ਵਿੱਚ ਤੁਹਾਨੂੰ ਕੀ ਚੰਗਾ ਨਹੀਂ ਲੱਗਿਆ ਅਤੇ ਕਿਉਂ ?

A. ਪੰਜਾਬ ਵਿੱਚ ਮੈਨੂੰ ਸੜਕਾਂ ਤੇ ਟ੍ਰੈਫ਼ਿਕ ਚੰਗਾ ਨਹੀਂ ਲੱਗਿਆ ਕਿਉਂਕਿ ਸੜਕਾਂ ਚੌੜੀਆਂ ਘੱਟ ਹਨ ਪਰ ਸੜਕਾਂ ਉੱਤੇ ਚੱਲਣ ਵਾਲੀਆਂ ਕਾਰਾਂ, ਬੱਸਾਂ ਅਤੇ ਲਾਰੀਆਂ ਆਦਿ ਦੀ ਗਿਣਤੀ ਬਹੁਤ ਜ਼ਿਆਦਾ ਹੈ। ਇਸ ਕਰਕੇ ਪ੍ਰਦੂਸ਼ਣ ਦੀ ਮਾਤਰਾ ਵੀ ਵੱਧ ਹੈ।

Q.8. ਕੀ ਤੁਸੀਂ ਦੁਬਾਰਾ ਵੀ ਪੰਜਾਬ ਛੁੱਟੀਆਂ ਵਿੱਚ ਜਾਣਾ ਚਾਹੋਗੇ ?

A. ਮੈਂ ਪੰਜਾਬ ਦੁਬਾਰਾ ਛੁੱਟੀਆਂ ਵਿੱਚ ਜ਼ਰੂਰ ਜਾਵਾਂਗੀ ਕਿਉਂਕਿ ਪਹਿਲੀ ਵਾਰ ਜਾਣ ਨਾਲ ਮੈਨੂੰ ਬਹੁਤ ਖ਼ੁਸ਼ੀ ਮਿਲੀ ਸੀ। ਮੈਂ ਕਈ ਹੋਰ ਥਾਵਾਂ ਜ਼ਰੂਰ ਦੇਖਾਂਗੀ ਜਿਹੜੀਆਂ ਮੈਂ ਇਸ ਵਾਰ ਨਹੀਂ ਦੇਖ ਸਕੀ।

Comments

This candidate takes part in conversation and discussion and presents information clearly. She expresses her own views about the city of Chandigarh and the traffic condition in the Panjab and also shows an ability to deal with some unpredictable situations. The language produced contains present, past and future tenses and a variety of structures.

Grade A

Candidate 3

Q.1. ਪਿਛਲੇ ਸਾਲ ਤੁਸੀਂ ਛੁੱਟੀਆਂ ਵਿੱਚ ਕਿੱਥੇ ਗਏ ਸੀ ਅਤੇ ਕਿੰਨੇ ਚਿਰ ਲਈ ਗਏ ਸੀ ?

A. ਪਿਛਲੇ ਸਾਲ ਛੁੱਟੀਆਂ ਵਿੱਚ ਮੈਂ ਆਪਣੇ ਪਰਿਵਾਰ ਨਾਲ ਪੰਜਾਬ ਗਿਆ ਸੀ। ਅਸੀਂ ਚਾਰ ਹਫ਼ਤਿਆਂ ਲਈ ਗਏ ਸੀ।

Q.2. ਛੁੱਟੀਆਂ 'ਤੇ ਜਾਣ ਤੋਂ ਪਹਿਲਾਂ ਤੁਸੀਂ ਕੀ ਕੀ ਤਿਆਰੀ ਕੀਤੀ ਸੀ ?

A. ਛੁੱਟੀਆਂ 'ਤੇ ਜਾਣ ਤੋਂ ਪਹਿਲਾਂ ਸਾਨੂੰ ਬਹੁਤ ਕੁਝ ਕਰਨਾ ਪਿਆ ਸੀ। ਮਾਤਾ ਅਤੇ ਪਿਤਾ ਜੀ ਨੇ ਪੂਰੀ ਪਲੈਨ ਬਣਾਈ ਸੀ ਕਿ ਅਸੀਂ ਕਿੱਥੇ ਕਿੱਥੇ ਜਾਣਾ ਹੈ, ਕਿਸ ਤਰ੍ਹਾਂ ਜਾਣਾ ਹੈ, ਕਿੱਥੇ ਠਹਿਰਨਾ ਹੈ, ਆਦਿ। ਟਿਕਟ ਲੈਣ ਲਈ ਕਈ ਟ੍ਰੈਵਲ ਏਜੰਟਾਂ ਤੋਂ ਪਤਾ ਕੀਤਾ ਪਰ ਸਾਨੂੰ ਇੰਟਰਨੈੱਟ 'ਤੇ ਟਿਕਟ ਕਾਫ਼ੀ ਸਸਤੇ ਮਿਲ ਗਏ ਸਨ। ਫੇਰ ਇੰਡੀਅਨ ਹਾਈ ਕਮਿਸ਼ਨ ਤੋਂ ਵੀਜ਼ਾ ਲਿਆ। ਲੋੜੀਂਦੇ ਕਪੜੇ ਅਤੇ ਬਾਕੀ ਸਾਮਾਨ ਆਪਣੇ ਆਪਣੇ ਟੈਚੀਕੇਸ ਵਿੱਚ ਬੰਦ ਕੀਤਾ।

Q.3. ਤੁਸੀਂ ਛੁੱਟੀਆਂ ਲਈ ਪੰਜਾਬ ਕਿਉਂ ਚੁਣਿਆ ਸੀ ?

A. ਮੈਂ ਅੰਮ੍ਰਿਤਸਰ ਵਿੱਚ ਹਰਿਮੰਦਰ ਸਾਹਿਬ ਨਹੀਂ ਦੇਖਿਆ ਸੀ ਪਰ ਇਸ ਬਾਰੇ ਸੁਣਿਆ ਬਹੁਤ ਸੀ। ਸੋ ਮੈਂ ਚਾਹੁੰਦਾ ਸੀ ਕਿ ਹਰਿਮੰਦਰ ਸਾਹਿਬ ਦੇ ਦਰਸ਼ਨ ਜ਼ਰੂਰ ਕਰਾਂ। ਸਾਡੇ ਕਈ ਰਿਸ਼ਤੇਦਾਰ ਵੀ ਪੰਜਾਬ ਵਿੱਚ ਰਹਿੰਦੇ ਹਨ। ਸਾਡਾ ਉਹਨਾਂ ਨੂੰ ਮਿਲਣ ਲਈ ਵੀ ਬਹੁਤ ਜੀ ਕਰਦਾ ਸੀ।

Q.4. ਪੰਜਾਬ ਵਿੱਚ ਤੁਸੀਂ ਕਿੱਥੇ ਕਿੱਥੇ ਗਏ ਸੀ ਅਤੇ ਕਿਸ ਤਰ੍ਹਾਂ ਗਏ ਸੀ ?

A. ਪੰਜਾਬ ਵਿੱਚ ਅਸੀਂ ਬਹੁਤ ਥਾਵਾਂ 'ਤੇ ਗਏ ਸੀ। ਅਸੀਂ ਅੰਮ੍ਰਿਤਸਰ ਦੇ ਹਵਾਈ ਅੱਡੇ ਉਤਰੇ ਸੀ। ਉੱਥੇ ਸਾਨੂੰ ਮੇਰੇ ਮਾਮਾ ਜੀ ਅਤੇ ਮਾਮੀ ਜੀ ਲੈਣ ਵਾਸਤੇ ਆਏ ਹੋਏ ਸਨ। ਅਸੀਂ ਸਭ ਤੋਂ ਪਹਿਲਾਂ ਸਿੱਧੇ ਹਰਿਮੰਦਰ ਸਾਹਿਬ ਗਏ ਸੀ। ਹਰਿਮੰਦਰ ਸਾਹਿਬ ਦੇ ਦਰਸ਼ਨ ਕਰ ਕੇ ਸਾਨੂੰ ਬਹੁਤ ਖ਼ੁਸ਼ੀ ਹੋਈ ਸੀ ਅਤੇ ਮਨ ਨੂੰ ਸ਼ਾਂਤੀ ਆਈ। ਇਸ ਤੋਂ ਬਾਅਦ ਅਸੀਂ ਜੱਲ੍ਹਿਆਂ ਵਾਲਾ ਬਾਗ਼ ਵੀ ਦੇਖਿਆ ਸੀ। ਫੇਰ ਅਸੀਂ ਆਪਣੇ ਮਾਮਾ ਜੀ ਅਤੇ ਮਾਮੀ ਜੀ ਦੇ ਪਿੰਡ ਚਲੇ ਗਏ ਸੀ।

Q.5. ਪੰਜਾਬ ਵਿੱਚ ਹੋਰ ਕੀ ਕੀ ਵੇਖਿਆ ਸੀ ?

A. ਅਸੀਂ ਦੋ ਹਫ਼ਤਿਆਂ ਲਈ ਇੱਕ ਟੈਕਸੀ ਕਰ ਲਈ ਸੀ। ਅਸੀਂ ਜਲੰਧਰ, ਫਗਵਾੜਾ, ਲੁਧਿਆਣਾ, ਚੰਡੀਗੜ੍ਹ ਅਤੇ ਅਨੰਦਪੁਰ ਸਾਹਿਬ ਗਏ ਸੀ। ਨੰਗਲ ਡੈਮ ਵੀ ਦੇਖਿਆ ਸੀ। ਅਨੰਦਪੁਰ ਸਾਹਿਬ ਗੁਰਦੁਆਰਾ ਕੇਸਗੜ੍ਹ ਸਾਹਿਬ ਅਤੇ ਬਾਕੀ ਗੁਰਦੁਆਰਿਆਂ ਦੇ ਦਰਸ਼ਨ ਕਰ ਕੇ ਬਹੁਤ ਮਨ ਖ਼ੁਸ਼ ਹੋਇਆ। ਅਸੀਂ ਕਈ ਪਿੰਡਾਂ ਵਿੱਚ ਗਏ ਸੀ ਅਤੇ ਆਪਣੇ ਰਿਸ਼ਤੇਦਾਰਾਂ ਨੂੰ ਮਿਲ ਕੇ ਬਹੁਤ ਚੰਗਾ ਲੱਗਾ ਸੀ।

Q.6. ਪੰਜਾਬ ਦੇ ਪਿੰਡਾਂ ਦੇ ਲੋਕਾਂ ਬਾਰੇ ਤੁਹਾਡੇ ਕੀ ਵਿਚਾਰ ਹਨ ?

A. ਪੰਜਾਬ ਦੇ ਪਿੰਡਾਂ ਦੇ ਲੋਕ ਆਮ ਤੌਰ 'ਤੇ ਬੜੇ ਮਿਲਣਸਾਰ ਹਨ ਅਤੇ ਆਏ ਗਏ ਦੀ ਬੜੀ ਸੇਵਾ ਕਰਦੇ ਹਨ। ਜਿਸ ਪਿੰਡ ਵੀ ਅਸੀਂ ਜਾਂਦੇ ਸੀ, ਸਾਰੇ ਰਿਸ਼ਤੇਦਾਰ ਸਾਨੂੰ ਹੱਥਾਂ 'ਤੇ ਚੁੱਕਦੇ ਸੀ। ਸ਼ਹਿਰਾਂ ਨਾਲੋਂ ਪਿੰਡਾਂ ਦੀ ਜ਼ਿੰਦਗੀ ਬਹੁਤ ਸੌਖੀ ਹੈ। ਕਈ ਪਿੰਡਾਂ ਦੇ ਲੋਕਾਂ ਕੋਲ ਵੱਡੇ ਵੱਡੇ ਮਕਾਨ ਹਨ ਅਤੇ ਬਾਕੀ ਸਾਰੀਆਂ ਸਹੂਲਤਾਂ ਵੀ ਹਨ।

Q.7. ਪੰਜਾਬ ਵਿੱਚ ਤੁਹਾਨੂੰ ਕੀ ਚੰਗਾ ਲੱਗਿਆ ਅਤੇ ਕਿਉਂ ?

A. ਅਸੀਂ ਜਿੱਥੇ ਵੀ ਗਏ ਸੀ, ਚੰਗਾ ਲੱਗਾ ਪਰ ਹਰਿਮੰਦਰ ਸਾਹਿਬ ਦੇ ਦਰਸ਼ਨ ਕਰ ਕੇ ਸਭ ਤੋਂ ਵੱਧ ਚੰਗਾ ਲੱਗਾ ਸੀ। ਪੰਜਾਬ ਦੇ ਪਿੰਡਾਂ ਵਿੱਚ ਰਹਿ ਕੇ ਵੀ ਬਹੁਤ ਚੰਗਾ ਲੱਗਾ, ਕਿਉਂਕਿ ਹਰ ਪਾਸੇ ਹਰੀਆਂ ਹਰੀਆਂ ਫ਼ਸਲਾਂ ਸਨ। ਵਾਤਾਵਰਣ ਸ਼ਹਿਰਾਂ ਨਾਲੋਂ ਕਾਫ਼ੀ ਸਾਫ਼ ਸੀ। ਅੱਜ ਕੱਲ੍ਹ ਪਿੰਡਾਂ ਵਿੱਚ ਲੋਕਾਂ ਨੂੰ ਹਰ ਤਰ੍ਹਾਂ ਦੀਆਂ ਸਹੂਲਤਾਂ ਹਨ।

Q.8. ਪੰਜਾਬ ਵਿੱਚ ਤੁਹਾਨੂੰ ਕੀ ਚੰਗਾ ਨਹੀਂ ਲੱਗਾ ਅਤੇ ਕਿਉਂ ?

A. ਪੰਜਾਬ ਵਿੱਚ ਖ਼ਾਸ ਤੌਰ 'ਤੇ ਸ਼ਹਿਰਾਂ ਵਿੱਚ ਟ੍ਰੈਫ਼ਿਕ ਦੀ ਬਹੁਤ ਭੈੜੀ ਹਾਲਤ ਹੈ। ਸੜਕਾਂ ਘੱਟ ਚੌੜੀਆਂ ਹਨ ਪਰ ਇਹਨਾਂ ਉਤੇ ਚੱਲਣ ਵਾਲੇ ਵਾਹਨ ਜਿਵੇਂ ਬੱਸਾਂ, ਕਾਰਾਂ, ਟਰੱਕ, ਲਾਰੀਆਂ, ਸਕੂਟਰ, ਰਿਕਸ਼ੇ ਬਹੁਤ ਹਨ। ਸੜਕਾਂ ਉਤੇ ਐਕਸੀਡੈਂਟ ਬਹੁਤ ਹੁੰਦੇ ਹਨ ਕਿਉਂਕਿ ਬਹੁਤੇ ਡਰਾਈਵਰ ਟ੍ਰੈਫ਼ਿਕ ਦੇ ਰੂਲਾਂ ਦੀ ਪਰਵਾਹ ਨਹੀਂ ਕਰਦੇ ਅਤੇ ਇੱਕ ਦੂਜੇ ਤੋਂ ਅੱਗੇ ਹੋਣ ਦੀ ਕੋਸ਼ਿਸ਼ ਕਰਦੇ ਹਨ।

Q.9. ਤੁਹਾਡੇ ਖ਼ਿਆਲ ਵਿੱਚ ਪੰਜਾਬ ਸਰਕਾਰ ਨੂੰ ਟ੍ਰੈਫ਼ਿਕ ਦੀ ਹਾਲਤ ਨੂੰ ਸੁਧਾਰਨ ਲਈ ਕੀ ਕਰਨਾ ਚਾਹੀਦਾ ਹੈ ?

A. ਮੇਰੇ ਖ਼ਿਆਲ ਵਿੱਚ ਪੰਜਾਬ ਸਰਕਾਰ ਨੂੰ ਟ੍ਰੈਫ਼ਿਕ ਸੰਬੰਧੀ ਕਾਨੂੰਨ ਬਣਾਉਣੇ ਚਾਹੀਦੇ ਹਨ ਅਤੇ ਉਨ੍ਹਾਂ ਨੂੰ ਸਖ਼ਤੀ ਨਾਲ ਲਾਗੂ ਕਰਨਾ ਚਾਹੀਦਾ ਹੈ। ਗ਼ਲਤੀ ਕਰਨ ਵਾਲੇ ਨੂੰ ਸਖ਼ਤ ਜੁਰਮਾਨਾ ਜਾਂ ਸਜ਼ਾ ਹੋਣੀ ਚਾਹੀਦੀ ਹੈ।

Q.10. ਅਗਲੇ ਸਾਲ ਤੁਸੀਂ ਛੁੱਟੀਆਂ ਵਿੱਚ ਕਿੱਥੇ ਜਾਵੋਗੇ ਅਤੇ ਕਿਉਂ ?

A. ਅਗਲੇ ਸਾਲ ਅਸੀਂ ਛੁੱਟੀਆਂ ਵਿੱਚ ਅਮਰੀਕਾ ਜਾਵਾਂਗੇ। ਉਥੇ ਮੇਰੇ ਚਾਚਾ ਜੀ ਦੀ ਕੁੜੀ ਦਾ ਵਿਆਹ ਹੈ। ਅਸੀਂ ਜ਼ਿਆਦਾਤਰ ਕੈਲੀਫੋਰਨੀਆਂ ਦੇ ਇਲਾਕੇ ਦੀ ਸੈਰ ਕਰਾਂਗੇ ਅਤੇ ਵਿਆਹ ਵਿੱਚ ਵੀ ਸ਼ਾਮਲ ਹੋਵਾਂਗੇ। ਅਸੀਂ ਹੁਣ ਤੋਂ ਹੀ ਸਾਰੀ ਪਲੈਨ ਬਣਾਉਣੀ ਸ਼ੁਰੂ ਕਰ ਦਿੱਤੀ ਹੈ।

Comments

This candidate develops conversation and discussion with confidence. He presents information and narrates events clearly. He expresses and explains his ideas and points of view well. He produces extended language using a variety of vocabulary, structures and verb tenses.

8 – Examples of Group Discussion

Example 1

Context : Lifestyle – Relationships and Choices

Topic : Future Plans regarding marriage/partnership

ਤੁਹਾਡੇ ਆਪਣਾ ਵਿਆਹ ਕਰਾਉਣ ਬਾਰੇ ਕੀ ਵਿਚਾਰ ਹਨ ?

ਪਰਮਜੀਤ

ਮੈਂ ਤਾਂ ਅਜੇ ਵਿਆਹ ਬਾਰੇ ਕੁਝ ਨਹੀਂ ਸੋਚਿਆ। ਪਹਿਲਾਂ ਤਾਂ ਮੈਂ ਆਪਣੀ ਪੜ੍ਹਾਈ ਖ਼ਤਮ ਕਰਨੀ ਹੈ। ਇਸ ਤੋਂ ਬਾਅਦ ਕੋਈ ਨੌਕਰੀ ਲੱਭਾਂਗੀ, ਫੇਰ ਕਿਤੇ ਜਾ ਕੇ ਵਿਆਹ ਬਾਰੇ ਸੋਚਾਂਗੀ। ਅੱਜ ਕੱਲ੍ਹ ਤਾਂ ਆਪਣਾ ਸਾਥੀ ਲੱਭਣ ਲਈ ਇੰਟਰਨੈੱਟ ਦੀ ਮੱਦਦ ਲਈ ਜਾ ਸਕਦੀ ਹੈ। ਇੰਟਰਨੈੱਟ 'ਤੇ ਕਈ ਵੈਬਸਾਈਟਾਂ ਹਨ ਜੋ ਲੋਕਾਂ ਦੀ ਰਿਸ਼ਤੇ ਲੱਭਣ ਵਿੱਚ ਮੱਦਦ ਕਰ ਰਹੀਆਂ ਹਨ। ਮੈਂ ਵੀ ਇੰਟਰਨੈੱਟ ਦੀ ਸਹਾਇਤਾ ਨਾਲ ਆਪਣੀ ਮਰਜ਼ੀ ਦਾ ਪਾਰਟਨਰ ਲੱਭਾਂਗੀ। ਵਿਆਹਾਂ ਲਈ 'ਸ਼ਾਦੀ ਡਾਟ ਕਾਮ' ਇੱਕ ਪ੍ਰਸਿੱਧ ਵੈਬਸਾਈਟ ਹੈ।

ਕਮਲ

ਮੈਂ ਤਾਂ ਆਪਣਾ ਵਿਆਹ ਆਪਣੀ ਮਰਜ਼ੀ ਨਾਲ ਕਰਾਵਾਂਗਾ। ਮੈਂ ਉਸ ਕੁੜੀ ਨਾਲ ਵਿਆਹ ਕਰਾਵਾਂਗਾ ਜੋ ਮੈਨੂੰ ਪਸੰਦ ਕਰਦੀ ਹੋਵੇਗੀ ਅਤੇ ਮੈਂ ਉਸ ਨੂੰ ਪਸੰਦ ਕਰਦਾ ਹੋਵਾਂਗਾ। ਸਕੂਲ ਦੀ ਪੜ੍ਹਾਈ ਖ਼ਤਮ ਕਰਨ ਤੋਂ ਬਾਅਦ ਮੈਂ ਅੱਗੇ ਨਹੀਂ ਪੜ੍ਹਨਾ ਚਾਹੁੰਦਾ, ਕਿਉਂਕਿ ਮੈਂ ਆਪਣੇ ਪਿਤਾ ਜੀ ਦੇ ਕਾਰੋਬਾਰ ਵਿੱਚ ਮੱਦਦ ਕਰਨੀ ਹੈ। ਇਸ ਲਈ ਮੈਂ ਵਿਆਹ ਵੀ ਜਲਦੀ ਕਰਾ ਲੈਣਾ ਹੈ।

ਰਨਜੀਤ

ਮੈਂ ਤਾਂ ਆਪਣਾ ਵਿਆਹ ਆਪਣੇ ਮਾਤਾ ਪਿਤਾ ਦੀ ਸਲਾਹ ਨਾਲ ਹੀ ਕਰਾਵਾਂਗੀ ਕਿਉਂਕਿ ਉਹ ਮੇਰੇ ਲਈ ਕੋਈ ਚੰਗਾ ਰਿਸ਼ਤਾ ਹੀ ਲੱਭਣਗੇ, ਪਰ ਮੈਂ ਵਿਆਹ ਕਰਾਉਣ ਤੋਂ ਪਹਿਲਾਂ ਉਸ ਮੁੰਡੇ ਨੂੰ ਮਿਲਣਾ ਜ਼ਰੂਰ ਚਾਹੂੰਗੀ। ਮੈਨੂੰ ਪੂਰੀ ਆਸ ਹੈ ਕਿ ਮੇਰੇ ਮਾਤਾ ਪਿਤਾ ਮੇਰੇ 'ਤੇ ਵਿਆਹ ਲਈ ਕੋਈ ਦਬਾਅ ਨਹੀਂ ਪਾਉਣਗੇ ਅਤੇ ਮੇਰੀ ਮਰਜ਼ੀ ਤੋਂ ਵਿਰੁੱਧ ਕੁਝ ਨਹੀਂ ਕਰਨਗੇ।

Example 2

Context : Lifestyle – Relationships and Choices

Topic : Social issues and equality

ਅੱਜ ਕੱਲ੍ਹ ਪੰਜਾਬੀ ਲੋਕ ਆਪਣੇ ਮੁੰਡੇ ਕੁੜੀਆਂ ਦੇ ਵਿਆਹਾਂ 'ਤੇ ਬਹੁਤ ਪੈਸੇ ਖ਼ਰਚ ਕਰ ਦਿੰਦੇ ਹਨ। ਤੁਹਾਡੇ ਇਸ ਬਾਰੇ ਕੀ ਵਿਚਾਰ ਹਨ ?

ਰਵਿੰਦਰ

ਮੈਂ ਤਾਂ ਕਹਿੰਦੀ ਹਾਂ ਕਿ ਇਹ ਬਹੁਤ ਚੰਗੀ ਗੱਲ ਹੈ। ਵਿਆਹ ਵਾਲਾ ਦਿਨ ਮੁੰਡੇ ਕੁੜੀ ਦੀ ਜ਼ਿੰਦਗੀ ਦਾ ਸਭ ਤੋਂ ਵੱਧ ਖ਼ੁਸ਼ੀਆਂ ਭਰਿਆ ਦਿਨ ਹੁੰਦਾ ਹੈ। ਇਸ ਲਈ ਵਿਆਹ ਪੂਰੇ ਠਾਠ ਬਾਠ ਨਾਲ ਹੀ ਹੋਣਾ ਚਾਹੀਦਾ ਹੈ। ਇਸ ਦਿਨ ਸਾਰੇ ਰਿਸ਼ਤੇਦਾਰਾਂ ਅਤੇ ਮਿੱਤਰਾਂ ਦੋਸਤਾਂ ਨਾਲ ਮਿਲ ਕੇ ਖ਼ੁਸ਼ੀ ਮਨਾਉਣ ਦਾ ਮੌਕਾ ਮਿਲਦਾ ਹੈ। ਇਸ ਖ਼ੁਸ਼ੀਆਂ ਭਰੇ ਮੌਕੇ 'ਤੇ ਜੇ ਮਾਤਾ ਪਿਤਾ ਦਾ ਜ਼ਿਆਦਾ ਖ਼ਰਚ ਹੋ ਜਾਂਦਾ ਤਾਂ ਕੋਈ ਗੱਲ ਨਹੀਂ। ਮੈਂ ਟੈਲੀਵਿਯਨ 'ਤੇ 'ਸ਼ਾਦੀ ਤੀਨ ਕਰੋੜ ਕੀ' ਦਾ ਪ੍ਰੋਗਰਾਮ ਦੇਖਿਆ ਸੀ। ਦੇਖ ਕੇ ਬੜਾ ਮਜ਼ਾ ਆਇਆ। ਮੈਂ ਚਾਹੁੰਦੀ ਹਾਂ ਕਿ ਮੇਰਾ ਵਿਆਹ ਵੀ ਇਸੇ ਤਰ੍ਹਾਂ ਦਾ ਹੋਵੇ।

ਅਰਜਨ

ਮੈਂ ਤਾਂ ਵਿਆਹਾਂ ਉਤੇ ਬਹੁਤ ਖ਼ਰਚ ਕਰਨ ਦੇ ਬਿਲਕੁਲ ਵੀ ਹੱਕ ਵਿੱਚ ਨਹੀਂ ਹਾਂ। ਮੇਰੇ ਖ਼ਿਆਲ ਵਿੱਚ ਤਾਂ ਇਹ ਫ਼ਜ਼ੂਲ-ਖ਼ਰਚੀ ਹੈ। ਅਮੀਰ ਲੋਕਾਂ ਲਈ ਤਾਂ ਠੀਕ ਹੈ ਪਰ ਗ਼ਰੀਬ ਲੋਕਾਂ ਲਈ ਵਿਆਹਾਂ 'ਤੇ ਐਨਾ ਖ਼ਰਚ ਕਰਨਾ ਮੁਸ਼ਕਲ ਹੀ ਨਹੀਂ ਸਗੋਂ ਅਸੰਭਵ ਹੈ। ਇਹ ਵੀ ਦੇਖਿਆ ਗਿਆ ਹੈ ਕਿ ਕੁੜੀਆਂ ਦੇ ਵਿਆਹਾਂ 'ਤੇ ਜ਼ਿਆਦਾ ਖ਼ਰਚ ਹੁੰਦਾ ਹੈ। ਜੇ ਕਿਸੇ ਨੇ ਆਪਣੀਆਂ ਦੋ ਜਾਂ ਤਿੰਨ ਲੜਕੀਆਂ ਦੀਆਂ ਸ਼ਾਦੀਆਂ ਕਰਨੀਆਂ ਹੋਣ ਤਾਂ ਉਹ ਸਾਰੀ ਉਮਰ ਕਰਜ਼ੇ ਥੱਲੇ ਦੱਬਿਆ ਰਹਿੰਦਾ ਹੈ। ਟੈਲੀਵਿਯਨ 'ਤੇ 'ਸ਼ਾਦੀ ਤੀਨ ਕਰੋੜ ਕੀ' ਵਰਗੇ ਪ੍ਰੋਗਰਾਮ ਸਮਾਜ ਵਿੱਚ ਬਰਾਬਰਤਾ ਲਿਆਉਣ ਦੀ ਬਜਾਏ ਅਮੀਰ ਅਤੇ ਗ਼ਰੀਬ ਲੋਕਾਂ ਵਿੱਚ ਹੋਰ ਵੀ ਪਾੜਾ ਪਾਉਣ ਵਿੱਚ ਮੱਦਦ ਕਰਦੇ ਹਨ।

ਤਰਨ

ਮੈਂ ਵੀ ਅਰਜਨ ਨਾਲ ਸਹਿਮਤ ਹਾਂ ਕਿ ਵਿਆਹਾਂ ਉਤੇ ਲੋੜ ਨਾਲੋਂ ਵੱਧ ਨਹੀਂ ਖ਼ਰਚ ਕਰਨਾ ਚਾਹੀਦਾ। ਠੀਕ ਹੈ ਕਿ ਵਿਆਹ ਵਾਲਾ ਦਿਨ ਖ਼ੁਸ਼ੀਆਂ ਭਰਿਆ ਦਿਨ ਹੁੰਦਾ ਹੈ ਪਰ ਵਿਆਹਾਂ 'ਤੇ ਹਜ਼ਾਰਾਂ ਦੀ ਗਿਣਤੀ ਵਿੱਚ ਬਰਾਤੀਆਂ ਨੂੰ ਸੱਦਣ ਦੀ ਕੀ ਲੋੜ ਹੈ। ਖਾਣੇ ਅਤੇ ਸ਼ਰਾਬਾਂ 'ਤੇ ਕਈ ਕਈ ਹਜ਼ਾਰ ਪੌਂਡ ਖ਼ਰਚ ਹੁੰਦੇ ਹਨ। ਮੇਰੇ ਖ਼ਿਆਲ ਅਨੁਸਾਰ ਤਾਂ ਵਿਆਹਾਂ ਵਿੱਚ ਫ਼ਜ਼ੂਲ-ਖ਼ਰਚੀ ਤੋਂ ਸੰਕੋਚ ਕਰਨਾ ਚਾਹੀਦਾ ਹੈ ਅਤੇ ਮੁੰਡੇ ਤੇ ਕੁੜੀ ਵਾਲਿਆਂ ਨੂੰ ਰਲ ਕੇ ਅੱਧਾ ਅੱਧਾ ਖ਼ਰਚ ਕਰਨਾ ਚਾਹੀਦਾ ਹੈ। ਇਹ ਵੀ ਦੇਖਣ ਵਿੱਚ ਆਇਆ ਹੈ ਕਿ ਕਈ ਵਾਰ ਵਿਆਹਾਂ ਉਤੇ ਖ਼ਰਚ ਵੀ ਬਹੁਤਾ ਕੀਤਾ ਹੁੰਦਾ ਹੈ ਪਰ ਕੁੜੀ ਮੁੰਡੇ ਦੀ ਸ਼ਾਦੀ ਤੋਂ ਬਾਅਦ ਛੇਤੀ ਹੀ ਅਣਬਣ ਹੋ ਜਾਂਦੀ ਹੈ। ਇਸ ਲਈ ਵਿਆਹਾਂ ਉਤੇ ਖ਼ਰਚ ਸੋਚ ਸਮਝ ਕੇ ਹੀ ਕਰਨਾ ਚਾਹੀਦਾ ਹੈ।

Some questions on each Context mentioned in the GCSE Panjabi specification have been given in chapter 2, 3, 4 and 5. These questions can be used for class discussions, debates, group work and pair work.

These questions are intended to give guidance as to the type of questions which could be asked during the Speaking Test. Teachers are under no obligation to use these questions and are free to prepare their own questions relevant to the topic. It is, however, important that teachers should be thoroughly prepared to encourage students to perform to the best of their ability.

Lifestyle

Students should be able to understand and provide information and opinions about the contexts relating to their own Lifestyle and that of other people.

1. Health

Healthy and unhealthy lifestyles and their consequences

The teacher can discuss healthy and unhealthy lifestyles and their consequences in the class and the students can discuss in groups. Under this heading the following sub-topics can be discussed :

    (a) Eating and drinking habits

    (b) Healthy meals

    (c) Unhealthy food

    (d) Sports and exercise

    (e) Unhealthy activities

    (f) Issues concerning smoking, alcohol and drugs

    (g) Common illnesses and their treatments

The following questions will help students to understand and provide information and opinions about these sub-topics.

(a) Eating and drinking habits

1. ਆਮ ਤੌਰ 'ਤੇ ਤੁਸੀਂ ਨਾਸ਼ਤਾ ਕਦੋਂ ਖਾਂਦੇ ਹੋ ?

2. ਤੁਸੀਂ ਨਾਸ਼ਤੇ ਵਿੱਚ ਕੀ ਖਾਂਦੇ ਹੋ ਅਤੇ ਕੀ ਪੀਂਦੇ ਹੋ ?

3. ਤੁਸੀਂ ਅੱਜ ਨਾਸ਼ਤੇ ਵਿੱਚ ਕੀ ਖਾਧਾ ਸੀ ਅਤੇ ਕੀ ਪੀਤਾ ਸੀ ?

4. ਤੁਹਾਡੇ ਖ਼ਿਆਲ ਅਨੁਸਾਰ ਨਾਸ਼ਤਾ ਖਾਣਾ ਕਿਉਂ ਜ਼ਰੂਰੀ ਹੈ ?

5. ਤੁਸੀਂ ਆਪਣਾ ਦੁਪਹਿਰ ਦਾ ਖਾਣਾ ਕਿੱਥੇ ਖਾਂਦੇ ਹੋ ਅਤੇ ਕਿਉਂ ?

6. ਆਪਣੇ ਦੁਪਹਿਰ ਦੇ ਖਾਣੇ ਬਾਰੇ ਕੁਝ ਦੱਸੋ।

7. ਤੁਹਾਡੇ ਆਪਣੇ ਸਕੂਲ ਦੇ ਦੁਪਹਿਰ ਦੇ ਖਾਣੇ ਬਾਰੇ ਕੀ ਵਿਚਾਰ ਹਨ ?

8. ਤੁਸੀਂ ਸ਼ਾਮ ਦਾ ਖਾਣਾ ਕਦੋਂ ਖਾਂਦੇ ਹੋ ਅਤੇ ਕਿਉਂ ?

9. ਆਪਣੇ ਸ਼ਾਮ ਦੇ ਖਾਣੇ ਬਾਰੇ ਕੁਝ ਦੱਸੋ।

10. ਜੋ ਵੱਖ ਵੱਖ ਖਾਣੇ ਤੁਹਾਡੇ ਘਰ ਵਿੱਚ ਬਣਦੇ ਹਨ, ਉਹਨਾਂ ਬਾਰੇ ਕੁਝ ਦੱਸੋ।

11. ਆਮ ਤੌਰ 'ਤੇ ਤੁਸੀਂ ਖਾਣੇ ਨਾਲ ਕੀ ਪੀਂਦੇ ਹੋ ਅਤੇ ਕਿਉਂ ?

12. ਬਹੁਤਾ ਪਾਣੀ ਪੀਣਾ ਕਿਉਂ ਜ਼ਰੂਰੀ ਹੈ ?

13. ਜਦੋਂ ਤੁਹਾਡੇ ਘਰ ਪ੍ਰਾਹੁਣੇ ਆਉਂਦੇ ਹਨ ਤਾਂ ਉਹਨਾਂ ਲਈ ਕਿਸ ਤਰ੍ਹਾਂ ਦਾ ਖਾਣਾ ਬਣਾਇਆ ਜਾਂਦਾ ਹੈ ਅਤੇ ਕਿਉਂ ?

14. ਤੁਹਾਨੂੰ ਕਿਹੜਾ ਖਾਣਾ ਸਭ ਤੋਂ ਵੱਧ ਪਸੰਦ ਹੈ ਅਤੇ ਕਿਉਂ ?

15. ਕਿਹੜਾ ਖਾਣਾ ਤੁਹਾਨੂੰ ਚੰਗਾ ਨਹੀਂ ਲੱਗਦਾ ਅਤੇ ਕਿਉਂ ?

16. ਕੀ ਤੁਸੀਂ ਕਦੇ ਰੈਸਟੋਰੈਂਟ ਵਿੱਚ ਵੀ ਖਾਣਾ ਖਾਣ ਗਏ ਸੀ ?

17. ਰੈਸਟੋਰੈਂਟ ਦਾ ਖਾਣਾ ਕਿਸ ਤਰ੍ਹਾਂ ਦਾ ਲੱਗਿਆ ਅਤੇ ਕਿਉਂ ?

18. ਆਪਣੇ ਮਿੱਤਰਾਂ/ਸਹੇਲੀਆਂ ਨੂੰ ਇਸ ਰੈਸਟੋਰੈਂਟ ਵਿੱਚ ਖਾਣਾ ਖਾਣ ਜਾਣ ਲਈ ਤੁਸੀਂ ਕੀ ਸਲਾਹ ਦਿਓਗੇ ਅਤੇ ਕਿਉਂ ?

19. ਖਾਣੇ ਨਾਲ ਤੁਸੀਂ ਕਿਹੜੀ ਮਿੱਠੀ ਚੀਜ਼ ਖਾਣੀ ਪਸੰਦ ਕਰਦੇ ਹੋ ਅਤੇ ਕਿਉਂ ?

(b) Healthy meals

1. ਤੁਹਾਡੇ ਖ਼ਿਆਲ ਅਨੁਸਾਰ ਚੰਗੀ ਸਿਹਤ ਲਈ ਕਿਹੜੇ ਕਿਹੜੇ ਖਾਣੇ ਚੰਗੇ ਹਨ ?

2. ਤੁਸੀਂ ਆਪਣੀ ਸਿਹਤ ਨੂੰ ਚੰਗਾ ਰੱਖਣ ਲਈ ਕਿਸ ਤਰ੍ਹਾਂ ਦੇ ਖਾਣੇ ਖਾਂਦੇ ਹੋ ?

3. ਕੁਝ ਖਾਣ ਵਾਲੀਆਂ ਚੀਜ਼ਾਂ ਦੇ ਨਾਂ ਦੱਸੋ, ਜੋ ਚੰਗੀ ਸਿਹਤ ਲਈ ਠੀਕ ਹਨ ?

4. ਚੰਗੀ ਸਿਹਤ ਲਈ ਫਲ ਅਤੇ ਤਾਜ਼ੀਆਂ ਸਬਜ਼ੀਆਂ ਖਾਣਾ ਕਿਉਂ ਜ਼ਰੂਰੀ ਹਨ ?

5. ਚੰਗੀ ਸਿਹਤ ਰੱਖਣ ਲਈ ਤੁਸੀਂ ਆਪਣੀ ਕਿਹੜੀ ਆਦਤ ਬਦਲਣੀ ਚਾਹੋਗੇ ਅਤੇ ਕਿਉਂ ?

6. ਚੰਗੀ ਸਿਹਤ ਰੱਖਣ ਲਈ ਤੁਸੀਂ ਆਪਣੇ ਮਿੱਤਰਾਂ/ਸਹੇਲੀਆਂ ਨੂੰ ਕਿਸ ਤਰ੍ਹਾਂ ਦੇ ਖਾਣੇ ਖਾਣ ਲਈ ਸਲਾਹ ਦਿਓਗੇ ?

7. ਖਾਣਿਆਂ ਨੂੰ ਹੋਰ ਸਿਹਤਮੰਦ ਬਣਾਉਣ ਲਈ ਤੁਸੀਂ ਕੀ ਸਲਾਹ ਦਿਓਗੇ ?

(c) Unhealthy food

1. ਕਿਸ ਤਰ੍ਹਾਂ ਦੇ ਖਾਣੇ ਖਾਣ ਨਾਲ ਸਿਹਤ ਖ਼ਰਾਬ ਹੋ ਜਾਂਦੀ ਹੈ ?

2. ਕੁਝ ਖਾਣ ਵਾਲੀਆਂ ਚੀਜ਼ਾਂ ਦੇ ਨਾਂ ਦੱਸੋ, ਜੋ ਸਿਹਤ ਲਈ ਖ਼ਰਾਬ ਹਨ ?

3. ਮਠਿਆਈਆਂ ਖਾਣ ਬਾਰੇ ਤੁਹਾਡੇ ਕੀ ਵਿਚਾਰ ਹਨ ?

4. ਅੱਜ ਕੱਲ੍ਹ ਲੋਕਾਂ ਵਿੱਚ ਮੋਟਾਪਾ ਜ਼ਿਆਦਾ ਵਧਦਾ ਜਾ ਰਿਹਾ ਹੈ। ਤੁਹਾਡੇ ਖ਼ਿਆਲ ਵਿੱਚ ਇਸ ਦੇ ਕੀ ਕਾਰਨ ਹਨ ?

5. ਕਿਹੜੀਆਂ ਪੀਣ ਵਾਲੀਆਂ ਚੀਜ਼ਾਂ ਸਿਹਤ ਲਈ ਖ਼ਰਾਬ ਹਨ ਅਤੇ ਕਿਉਂ ?

6. ਕਈ ਬੱਚੇ ਚਾਕਲੇਟ ਅਤੇ ਕਰਿਸਪ ਬਹੁਤ ਖਾਂਦੇ ਹਨ। ਤੁਹਾਡੇ ਇਸ ਬਾਰੇ ਕੀ ਵਿਚਾਰ ਹਨ ?

(d) Sports and exercise

1. ਤੁਸੀਂ ਕਿਹੜੀਆਂ ਕਿਹੜੀਆਂ ਖੇਡਾਂ ਖੇਡਦੇ ਹੋ ?

2. ਖੇਡਾਂ ਖੇਡਣਾ ਸਿਹਤ ਲਈ ਕਿਉਂ ਜ਼ਰੂਰੀ ਹੈ ?

3. ਤੁਸੀਂ ਕਿਹੜੀ ਖੇਡ ਖੇਡਣਾ ਜ਼ਿਆਦਾ ਪਸੰਦ ਕਰਦੇ ਹੋ ਅਤੇ ਕਿਉਂ ?

4. ਤੁਸੀਂ ਖੇਡਾਂ ਕਿੱਥੇ ਖੇਡਦੇ ਹੋ ? ਉਸ ਥਾਂ ਬਾਰੇ ਦੱਸੋ।

5. ਉਸ ਸਪੋਰਟਸ ਸੈਂਟਰ ਬਾਰੇ ਕੁਝ ਦੱਸੋ, ਜਿੱਥੇ ਤੁਸੀਂ ਖੇਡਾਂ ਖੇਡਣ ਲਈ ਜਾਂਦੇ ਹੋ ?

6. ਚੰਗੀ ਸਿਹਤ ਰੱਖਣ ਲਈ ਤੁਸੀਂ ਕਿਹੜੀ ਕਸਰਤ ਕਰਦੇ ਹੋ ਅਤੇ ਕਿੰਨੀ ਵਾਰ ਕਰਦੇ ਹੋ ?

7. ਲੋਕਾਂ ਲਈ ਕਸਰਤ ਕਰਨਾ ਕਿਉਂ ਜ਼ਰੂਰੀ ਹੈ ?

8. ਜਿਹੜੇ ਲੋਕ ਕਸਰਤ ਨਹੀਂ ਕਰਦੇ, ਉਹਨਾਂ ਦੀ ਸਿਹਤ ਕਿਸ ਤਰ੍ਹਾਂ ਦੀ ਰਹਿੰਦੀ ਹੈ ?

9. ਜਿਹੜੇ ਲੋਕ ਕਸਰਤ ਨਹੀਂ ਕਰਦੇ, ਤੁਸੀਂ ਉਹਨਾਂ ਨੂੰ ਕੀ ਸਲਾਹ ਦਿਓਗੇ ?

(e) Unhealthy activities

1. ਕੁਝ ਐਸੀਆਂ ਕ੍ਰਿਆਵਾਂ ਬਾਰੇ ਦੱਸੋ, ਜੋ ਸਿਹਤ ਲਈ ਹਾਨੀਕਾਰਕ ਹਨ।

2. ਤੁਹਾਡਾ ਮਿੱਤਰ/ਤੁਹਾਡੀ ਸਹੇਲੀ ਚਾਕਲੇਟ, ਬਰਗਰ ਅਤੇ ਕਰਿਸਪ ਵਧੇਰੇ ਖਾਂਦਾ/ਖਾਂਦੀ ਹੈ। ਤੁਸੀਂ ਉਸ ਨੂੰ ਆਪਣੀ ਲਾਈਫ਼ ਸਟਾਈਲ ਬਦਲਣ ਬਾਰੇ ਕੀ ਸਲਾਹ ਦਿਓਗੇ ਅਤੇ ਕਿਉਂ ?

3. ਤੁਹਾਡਾ ਮਿੱਤਰ/ਤੁਹਾਡੀ ਸਹੇਲੀ ਸਕੂਲ ਤੋਂ ਵਾਪਸ ਆ ਕੇ ਕਈ ਕਈ ਘੰਟੇ ਕੰਪਿਊਟਰ 'ਤੇ ਖੇਡਾਂ ਖੇਡਦਾ/ਖੇਡਦੀ ਰਹਿੰਦਾ/ਰਹਿੰਦੀ ਹੈ। ਤੁਸੀਂ ਉਸ ਨੂੰ ਆਪਣੀ ਆਦਤ ਬਦਲਣ ਲਈ ਕਿਸ ਤਰ੍ਹਾਂ ਪ੍ਰੇਰੋਗੇ ?

(f) Issues concerning smoking, alcohol and drugs

1. ਸਿਗਰਟਾਂ ਪੀਣੀਆਂ ਸਿਹਤ ਲਈ ਕਿਉਂ ਹਾਨੀਕਾਰਕ ਹਨ ?

2. ਕਈ ਸਕੂਲਾਂ ਦੇ ਬੱਚੇ ਸਿਗਰਟਾਂ ਪੀਣੀਆਂ ਸ਼ੁਰੂ ਕਰ ਦਿੰਦੇ ਹਨ। ਤੁਸੀਂ ਉਹਨਾਂ ਨੂੰ ਕੀ ਸਲਾਹ ਦਿਓਗੇ ?

3. ਅਲਕੋਹਲ ਅਤੇ ਡਰੱਗਜ਼ ਦੇ ਕੀ ਨੁਕਸਾਨ ਹਨ ?

4. ਕਈ ਲੋਕ ਛੋਟੀ ਉਮਰ ਤੋਂ ਹੀ ਨਸ਼ੀਲੀਆਂ ਚੀਜ਼ਾਂ ਖਾਣ ਕੇ ਆਦੀ ਹੋ ਜਾਂਦੇ ਹਨ। ਤੁਹਾਡੇ ਇਸ ਬਾਰੇ ਕੀ ਵਿਚਾਰ ਹਨ ?

5. ਅੱਜ ਕੱਲ੍ਹ ਕਈ ਸਕੂਲਾਂ ਦੇ ਬੱਚੇ ਵੀ ਨਸ਼ੀਲੀਆਂ ਚੀਜ਼ਾਂ ਖਾਣ ਲੱਗ ਪਏ ਹਨ। ਤੁਹਾਡੇ ਇਸ ਬਾਰੇ ਕੀ ਵਿਚਾਰ ਹਨ ?

6. ਤੁਹਾਡੇ ਖ਼ਿਆਲ ਵਿੱਚ ਸਕੂਲਾਂ ਵਿੱਚ ਨਸ਼ੀਲੀਆਂ ਚੀਜ਼ਾਂ ਦੀ ਵਰਤੋਂ ਨੂੰ ਰੋਕਣ ਲਈ ਕੀ ਕਰਨਾ ਚਾਹੀਦਾ ਹੈ ?

7. ਜਿਹੜੇ ਲੋਕੀਂ ਨਸ਼ੀਲੀਆਂ ਚੀਜ਼ਾਂ ਖਾਣ ਦੇ ਆਦੀ ਹੋ ਗਏ ਹਨ, ਉਹਨਾਂ ਨੂੰ ਇਸ ਬੀਮਾਰੀ ਤੋਂ ਛੁਟਕਾਰਾ ਪਾਉਣ ਲਈ ਸਰਕਾਰ ਨੂੰ ਕੀ ਕਰਨਾ ਚਾਹੀਦਾ ਹੈ ?

8. ਨਸ਼ੀਲੀਆਂ ਚੀਜ਼ਾਂ ਖਾਣ ਵਾਲੇ ਲੋਕਾਂ ਦੀ ਆਮ ਜ਼ਿੰਦਗੀ 'ਤੇ ਕੀ ਅਸਰ ਪੈਂਦਾ ਹੈ ?

9. ਕੋਈ ਐਸੀ ਘਟਨਾ ਦੱਸੋ, ਜਿਸ ਵਿੱਚ ਕਿਸੇ ਨਸ਼ੇ ਵਾਲੀਆਂ ਚੀਜ਼ਾਂ ਖਾਣ ਨਾਲ ਕੋਈ ਨੁਕਸਾਨ ਹੋਇਆ ਹੋਵੇ।

10. ਤੁਸੀਂ ਆਪਣੇ ਮਿੱਤਰ/ਸਹੇਲੀ ਨੂੰ ਨਸ਼ਿਆਂ ਤੋਂ ਬਚੇ ਰਹਿਣ ਲਈ ਕੀ ਸਲਾਹ ਦਿਓਗੇ ?

11. ਕੀ ਤੁਸੀਂ ਕਦੇ ਕੋਈ ਐਸਾ ਵਿਅਕਤੀ ਦੇਖਿਆ ਹੈ ਜਿਸ ਨੇ ਸ਼ਰਾਬ ਪੀਤੀ ਹੋਈ ਸੀ ਜਾਂ ਕੋਈ ਹੋਰ ਨਸ਼ੀਲੀ ਚੀਜ਼ ਖਾਧੀ ਜਾਂ ਪੀਤੀ ਹੋਈ ਸੀ ? ਉਸ ਦੀ ਹਾਲਤ ਬਾਰੇ ਦੱਸੋ, ਕਿਸ ਤਰ੍ਹਾਂ ਸੀ ?

(g) Common illnesses and their treatments

1. ਕੀ ਤੁਸੀਂ ਕਦੇ ਬੀਮਾਰ ਵੀ ਹੋਏ ਹੋ ?

2. ਕੀ ਬੀਮਾਰੀ ਸੀ ? ਉਸ ਬੀਮਾਰੀ ਬਾਰੇ ਕੁਝ ਦੱਸੋ।

3. ਕੀ ਤੁਹਾਡੇ ਕਦੇ ਕਿਸੇ ਸਰੀਰ ਦੇ ਅੰਗ (ਸਿਰ, ਕੰਨ, ਮੂੰਹ, ਪਿੱਠ, ਢਿੱਡ, ਦੰਦ, ਅੱਖ, ਲੱਤ) ਵਿੱਚ ਦਰਦ ਹੋਇਆ ਸੀ ?
4. ਇਸ ਦੇ ਇਲਾਜ ਲਈ ਤੁਸੀਂ ਕੀ ਕੀਤਾ ਸੀ ?
5. ਕੀ ਤੁਸੀਂ ਕਦੇ ਹਸਪਤਾਲ ਵਿੱਚ ਵੀ ਗਏ ਸੀ ?
6. ਕਿਉਂ ਗਏ ਸੀ ?
7. ਤੁਸੀਂ ਆਪਣਾ ਦੰਦਾਂ ਦਾ ਮੁਆਇਨਾ ਕਰਾਉਣ ਲਈ ਕਿਉਂ ਅਤੇ ਕਿੱਥੇ ਜਾਂਦੇ ਹੋ ?
8. ਪਿਛਲੀ ਵਾਰੀ ਤੁਹਾਡੇ ਦੰਦਾਂ ਦਾ ਕੀ ਇਲਾਜ ਹੋਇਆ ਸੀ ? ਇਸ ਬਾਰੇ ਕੁਝ ਦੱਸੋ।
9. ਤੁਹਾਡੇ ਪਰਿਵਾਰ ਦੇ ਮੈਂਬਰਾਂ ਨੂੰ ਜੋ ਜੋ ਬੀਮਾਰੀਆਂ ਹੋਈਆਂ ਹਨ, ਉਹਨਾਂ ਬਾਰੇ ਕੁਝ ਦੱਸੋ।
10. ਕੀ ਤੁਸੀਂ ਕਦੇ ਘਰ ਡਾਕਟਰ ਬੁਲਾਇਆ ਸੀ ?
11. ਡਾਕਟਰ ਨੂੰ ਕਿਉਂ ਬੁਲਾਇਆ ਸੀ ਅਤੇ ਉਸ ਨੇ ਕੀ ਇਲਾਜ ਕੀਤਾ ਸੀ ?
12. ਲੋਕਾਂ ਨੂੰ ਕਿਉਂ ਬੀਮਾਰੀਆਂ ਲੱਗ ਜਾਂਦੀਆਂ ਹਨ ?
13. ਜਿਹਨਾਂ ਬੀਮਾਰੀਆਂ ਬਾਰੇ ਤੁਹਾਨੂੰ ਜਾਣਕਾਰੀ ਹੈ, ਉਹਨਾਂ ਬਾਰੇ ਕੁਝ ਦੱਸੋ।
14. ਲੋਕਾਂ ਨੂੰ ਬੀਮਾਰੀਆਂ ਤੋਂ ਬਚਣ ਲਈ ਤੁਸੀਂ ਕੀ ਸਲਾਹ ਦਿਓਗੇ ?
15. ਕੀ ਤੁਸੀਂ ਕਦੇ ਕੋਈ ਐਕਸੀਡੈਂਟ ਹੋਇਆ ਦੇਖਿਆ ਹੈ ? ਇਸ ਐਕਸੀਡੈਂਟ ਬਾਰੇ ਕੁਝ ਦੱਸੋ।
16. ਕੀ ਤੁਹਾਡੇ ਘਰ ਵਿੱਚ ਕਦੇ ਕਿਸੇ ਐਮਰਜੈਂਸੀ ਨੂੰ ਬੁਲਾਇਆ ਸੀ ?
17. ਕੀ ਐਮਰਜੈਂਸੀ ਸੀ ਅਤੇ ਐਮਰਜੈਂਸੀ ਨੇ ਤੁਹਾਡੀ ਕਿਸ ਤਰ੍ਹਾਂ ਸਹਾਇਤਾ ਕੀਤੀ ਸੀ ?

2. Relationships and Choices

The teacher can discuss relationships and choices in the class and students can discuss in groups. Under this heading the following sub-topics can be discussed :

(a) Relationships with family and friends

(b) Different family situations

(c) Adoption

(d) Future plans regarding marriage/partnership

(e) Social issues and equality

The following questions will help students to understand and provide information and opinions about these sub-topics.

(a) Relationships with family and friends

(i) Self

1. ਆਪਣੇ ਬਾਰੇ ਪੂਰੀ ਜਾਣਕਾਰੀ ਦਿਓ। ਇਸ ਵਿੱਚ ਤੁਸੀਂ ਆਪਣਾ ਪੂਰਾ ਨਾਂ, ਕੱਦ, ਉਮਰ, ਭਾਰ, ਨਾਗਰਿਕਤਾ ਅਤੇ ਧਰਮ ਬਾਰੇ ਦੱਸ ਸਕਦੇ ਹੋ ?

2. ਆਪਣੇ ਬਾਰੇ ਕੁਝ ਹੋਰ ਦੱਸੋ। ਇਸ ਵਿੱਚ ਤੁਸੀਂ ਆਪਣੇ ਸੁਭਾਅ, ਕੀ ਪਸੰਦ ਕਰਦੇ ਹੋ ਅਤੇ ਕੀ ਪਸੰਦ ਨਹੀਂ ਕਰਦੇ, ਬਾਰੇ ਦੱਸ ਸਕਦੇ ਹੋ।

3. ਕੋਈ ਐਸੀ ਗੱਲ ਦੱਸੋ, ਜਿਸ ਨਾਲ ਤੁਸੀਂ ਪਿਛਲੇ ਸਮੇਂ ਬਹੁਤ ਖ਼ੁਸ਼ ਹੋਏ ਸੀ।

4. ਤੁਸੀਂ ਆਪਣੀਆਂ ਕਿਹੜੀਆਂ ਆਦਤਾਂ ਬਦਲਣੀਆਂ ਚਾਹੋਗੇ ਅਤੇ ਕਿਉਂ ?

5. ਪਿਛਲੇ ਸਾਲ ਤੁਸੀਂ ਆਪਣਾ ਜਨਮ ਦਿਨ ਕਿਸ ਤਰ੍ਹਾਂ ਮਨਾਇਆ ਸੀ ?

(ii) Family

1. ਤੁਹਾਡੇ ਪਰਿਵਾਰ ਵਿੱਚ ਕੌਣ ਕੌਣ ਹੈ ਅਤੇ ਉਹਨਾਂ ਦੇ ਕੀ ਨਾਂ ਹਨ ?

2. ਆਪਣੇ ਪਰਿਵਾਰ ਦੇ ਮੈਂਬਰਾਂ ਦੇ ਸੁਭਾਅ ਬਾਰੇ ਕੁਝ ਦੱਸੋ।

3. ਆਪਣੇ ਮਾਤਾ ਪਿਤਾ ਜੀ ਦੇ ਕੰਮ ਬਾਰੇ ਕੁਝ ਦੱਸੋ।

4. ਆਪਣੇ ਭੈਣਾਂ ਭਰਾਵਾਂ ਬਾਰੇ ਕੁਝ ਦੱਸੋ।

5. ਪਰਿਵਾਰ ਵਿੱਚ ਤੁਹਾਡੀ ਪੜ੍ਹਾਈ ਵਿੱਚ ਕੌਣ ਸਭ ਤੋਂ ਵੱਧ ਸਹਾਇਤਾ ਕਰਦਾ ਹੈ ਅਤੇ ਕਿਸ ਤਰ੍ਹਾਂ ?

6. ਆਮ ਤੌਰ 'ਤੇ ਤੁਹਾਡਾ ਪਰਿਵਾਰ ਸਨਿੱਚਰਵਾਰ, ਐਤਵਾਰ ਕਿਸ ਤਰ੍ਹਾਂ ਗੁਜ਼ਾਰਦਾ ਹੈ ? ਇਸ ਬਾਰੇ ਦੱਸੋ।
7. ਤੁਹਾਡੇ ਪਰਿਵਾਰ ਨੇ ਪਿਛਲਾ ਸਨਿੱਚਰਵਾਰ, ਐਤਵਾਰ ਕਿਸ ਤਰ੍ਹਾਂ ਗੁਜ਼ਾਰਿਆ ਸੀ। ਇਸ ਬਾਰੇ ਦੱਸੋ।
8. ਕਈ ਪਰਿਵਾਰਾਂ ਦੇ ਸਾਰੇ ਮੈਂਬਰ ਬੜੇ ਪਿਆਰ ਨਾਲ ਰਹਿੰਦੇ ਹਨ ਪਰ ਕਈ ਪਰਿਵਾਰਾਂ ਵਿੱਚ ਲੜਾਈ ਝਗੜੇ ਰਹਿੰਦੇ ਹਨ। ਤੁਹਾਡੇ ਇਸ ਬਾਰੇ ਕੀ ਵਿਚਾਰ ਹਨ ?
9. ਕੀ ਤੁਹਾਡੇ ਮਾਤਾ ਪਿਤਾ ਜਾਂ ਹੋਰ ਪਰਿਵਾਰ ਦੇ ਸਿਆਣੇ ਮੈਂਬਰ ਤੁਹਾਡੇ ਨਾਲ ਕਦੇ ਗ਼ੁੱਸੇ ਵੀ ਹੋਏ ਸਨ ? ਜੇ ਹੋਏ ਸਨ ਤਾਂ ਕਿਉਂ ? ਇਸ ਬਾਰੇ ਦੱਸੋ।
10. ਕਈ ਵਾਰੀ ਦੇਖਿਆ ਹੈ ਕਿ ਮਾਤਾ ਪਿਤਾ ਦੇ ਵਿਚਾਰ ਆਪਣੇ ਬੱਚਿਆਂ ਦੇ ਵਿਚਾਰਾਂ ਨਾਲ ਮੇਲ ਨਹੀਂ ਖਾਂਦੇ। ਤੁਹਾਡੇ ਇਸ ਬਾਰੇ ਕੀ ਵਿਚਾਰ ਹਨ ?
11. ਅੱਜ ਕੱਲ੍ਹ ਕੁਝ ਨੌਜਵਾਨ ਮੁੰਡੇ ਕੁੜੀਆਂ ਨੂੰ ਕੀ ਕੀ ਮੁਸ਼ਕਲਾਂ ਆ ਰਹੀਆਂ ਹਨ ? ਤੁਸੀਂ ਇਹਨਾਂ ਮੁਸ਼ਕਲਾਂ ਦੇ ਹੱਲ ਲਈ ਕੀ ਸੁਝਾਅ ਦਿਓਗੇ ?
12. ਸਾਨੂੰ ਆਪਣੇ ਬਜ਼ੁਰਗਾਂ ਦਾ ਕਿਉਂ ਸਤਿਕਾਰ ਅਤੇ ਇੱਜ਼ਤ ਕਰਨੀ ਚਾਹੀਦੀ ਹੈ ?
13. ਆਪਣੇ ਪਰਿਵਾਰ ਵਿੱਚ ਤੁਸੀਂ ਕਿਸ ਨਾਲ ਖੁੱਲ੍ਹ ਕੇ ਗੱਲਬਾਤ ਕਰ ਸਕਦੇ ਹੋ ਅਤੇ ਕਿਉਂ ?

(iii) Friends

1. ਤੁਹਾਡੇ ਮਿੱਤਰ/ਤੁਹਾਡੀ ਸਹੇਲੀ ਦਾ ਕੀ ਨਾਂ ਹੈ ?
2. ਉਸ ਦੇ ਕੱਦ, ਉਮਰ ਅਤੇ ਜਨਮ ਦਿਨ ਬਾਰੇ ਦੱਸੋ।
3. ਉਸ ਦਾ ਧਰਮ ਅਤੇ ਨਾਗਰਿਕਤਾ ਕੀ ਹੈ ?
4. ਉਸ ਦੀਆਂ ਆਦਤਾਂ ਅਤੇ ਸੁਭਾਅ ਬਾਰੇ ਕੁਝ ਦੱਸੋ।
5. ਤੁਹਾਨੂੰ ਆਪਣੇ ਮਿੱਤਰ/ਸਹੇਲੀ ਦੀ ਕਿਹੜੀ ਗੱਲ ਸਭ ਤੋਂ ਵੱਧ ਪਸੰਦ ਹੈ ਅਤੇ ਕਿਉਂ ?
6. ਤੁਹਾਨੂੰ ਆਪਣੇ ਮਿੱਤਰ/ਸਹੇਲੀ ਦੀ ਕਿਹੜੀ ਗੱਲ ਪਸੰਦ ਨਹੀਂ ਹੈ ਅਤੇ ਕਿਉਂ ?
7. ਇੱਕ ਚੰਗੇ ਮਿੱਤਰ ਅਤੇ ਸਹੇਲੀ ਵਿੱਚ ਕੀ ਗੁਣ ਹੋਣੇ ਚਾਹੀਦੇ ਹਨ ?
8. ਜੇ ਤੁਹਾਡਾ ਮਿੱਤਰ/ਸਹੇਲੀ ਤੁਹਾਡੇ ਨਾਲ ਗ਼ੁੱਸੇ ਹੋ ਜਾਵੇ ਤਾਂ ਤੁਸੀਂ ਕੀ ਕਰੋਗੇ ?
9. ਤੁਸੀਂ ਆਪਣੇ ਮਿੱਤਰ/ਸਹੇਲੀ ਦੀ ਉਸ ਦੇ ਔਖੇ ਸਮੇਂ ਵਿੱਚ ਕਿਸ ਤਰ੍ਹਾਂ ਮੱਦਦ ਕੀਤੀ ਸੀ ?
10. ਤੁਹਾਡੇ ਖ਼ਿਆਲ ਅਨੁਸਾਰ ਸਾਨੂੰ ਮਿੱਤਰਾਂ/ਸਹੇਲੀਆਂ ਦੀ ਕਿਉਂ ਲੋੜ ਪੈਂਦੀ ਹੈ ?
11. ਆਪਣੇ ਰਿਸ਼ਤੇਦਾਰਾਂ ਬਾਰੇ ਕੁਝ ਦੱਸੋ।
12. ਆਪਣੇ ਰਿਸ਼ਤੇਦਾਰਾਂ ਨਾਲ ਮਿਲਣਾ-ਵਰਤਣਾ ਅਤੇ ਉਹਨਾਂ ਨਾਲ ਚੰਗਾ ਰਿਸ਼ਤਾ ਰੱਖਣਾ ਕਿਉਂ ਜ਼ਰੂਰੀ ਹੈ ?

(b) Different family situations

(i) Marital status

1. ਕੀ ਤੁਹਾਡੇ ਕਿਸੇ ਭਰਾ/ਭੈਣ/ਚਾਚਾ/ਚਾਚੀ/ਭੂਆ ਦਾ ਵਿਆਹ ਹੋਇਆ ਹੈ ? ਇਸ ਵਿਆਹ ਬਾਰੇ ਕੁਝ ਦੱਸੋ।
2. ਕੀ ਉਹ ਵਿਆਹ ਤੋਂ ਖ਼ੁਸ਼ ਹਨ ਅਤੇ ਕਿਉਂ ?
3. ਜੇ ਉਹ ਵਿਆਹ ਤੋਂ ਖ਼ੁਸ਼ ਨਹੀਂ ਹਨ ਤਾਂ ਕਿਉਂ ?
4. ਤੁਹਾਡੇ ਖ਼ਿਆਲ ਵਿੱਚ ਵਿਆਹ ਨੂੰ ਸਫਲ ਬਣਾਉਣ ਲਈ ਪਤੀ ਪਤਨੀ ਨੂੰ ਕੀ ਕਰਨਾ ਚਾਹੀਦਾ ਹੈ ਅਤੇ ਕਿਉਂ ?

(ii) One parent families

1. ਕਈ ਵਾਰੀ ਪਰਿਵਾਰ ਵਿੱਚ ਮਾਤਾ ਪਿਤਾ ਵਿੱਚੋਂ ਸਿਰਫ਼ ਇੱਕ ਹੀ ਹੁੰਦਾ ਹੈ ਜਾਂ ਪਿਤਾ ਜਾਂ ਮਾਤਾ। ਇਹ ਹਾਲਤ ਕਦੋਂ ਹੁੰਦੀ ਹੈ ?
2. ਤੁਹਾਡੇ ਖ਼ਿਆਲ ਵਿੱਚ ਇਕੱਲੇ ਮਾਤਾ ਜਾਂ ਪਿਤਾ ਵਾਲੇ ਪਰਿਵਾਰ ਨੂੰ ਕੀ ਕੀ ਮੁਸ਼ਕਲਾਂ ਆਉਂਦੀਆਂ ਹਨ ?
3. ਇਸ ਤਰ੍ਹਾਂ ਦੇ ਪਰਿਵਾਰ ਵਿੱਚ ਪਲ ਰਹੇ ਬੱਚੇ ਕੀ ਘਾਟ ਮਹਿਸੂਸ ਕਰਦੇ ਹਨ ਅਤੇ ਕਿਉਂ ?
4. ਤੁਹਾਡੇ ਖ਼ਿਆਲ ਵਿੱਚ ਇਕੱਲੇ ਮਾਤਾ ਪਿਤਾ ਵਾਲੇ ਪਰਿਵਾਰ ਦੀ ਸਰਕਾਰ ਕਿਸ ਤਰ੍ਹਾਂ ਸਹਾਇਤਾ ਕਰ ਸਕਦੀ ਹੈ ?
5. ਤੁਸੀਂ ਇਸ ਤਰ੍ਹਾਂ ਦੇ ਪਰਿਵਾਰਾਂ ਦੀ ਮਦਦ ਕਰਨ ਲਈ ਕੀ ਸੁਝਾਅ ਦਿਓਗੇ।

(c) Adoption (ਗੋਦੀ ਲੈਣਾ) and foster care (ਪਾਲਣਾ ਪੋਸਣਾ)

1. ਕਈ ਵਿਆਹੁਤਾ ਜੋੜਿਆਂ ਦਾ ਆਪਣਾ ਕੋਈ ਬੱਚਾ ਨਹੀਂ ਹੁੰਦਾ, ਪਰ ਇਹ ਅਨਾਥ ਬੱਚਿਆਂ ਨੂੰ ਗੋਦੀ ਲੈ ਲੈਂਦੇ ਹਨ। ਤੁਹਾਡੇ ਇਸ ਬਾਰੇ ਕੀ ਵਿਚਾਰ ਹਨ ?
2. ਇਹ ਵੀ ਦੇਖਣ ਵਿੱਚ ਆਇਆ ਹੈ ਕਿ ਕਈ ਵਾਰ ਗ਼ਰੀਬ ਮਾਪੇ ਆਪਣੇ ਬੱਚਿਆਂ ਨੂੰ ਦੂਜੇ ਲੋਕਾਂ ਨੂੰ ਦੇ ਦਿੰਦੇ ਹਨ। ਤੁਹਾਡੀ ਇਸ ਬਾਰੇ ਕੀ ਰਾਏ ਹੈ ?
3. ਜਿਹਨਾਂ ਬੱਚਿਆਂ ਦੇ ਮਾਤਾ ਪਿਤਾ ਨਾ ਹੋਣ, ਉਹਨਾਂ ਨੂੰ ਆਪਣੀ ਜ਼ਿੰਦਗੀ ਵਿੱਚ ਕੀ ਕੀ ਮੁਸ਼ਕਲਾਂ ਆਉਂਦੀਆਂ ਹੋਣਗੀਆਂ ?
4. ਤੁਸੀਂ ਇਹਨਾਂ ਮੁਸ਼ਕਲਾਂ ਨੂੰ ਹੱਲ ਕਰਨ ਲਈ ਕੀ ਸੁਝਾਅ ਦਿਓਗੇ ?
5. ਤੁਹਾਡੇ ਖ਼ਿਆਲ ਵਿੱਚ ਗੋਦੀ ਲੈਣ ਵਾਲੇ ਅਤੇ ਦੂਜਿਆਂ ਦੇ ਬੱਚਿਆਂ ਦੀ ਪਾਲਣਾ ਪੋਸਣਾ ਕਰਨ ਵਾਲੇ ਮਾਤਾ ਪਿਤਾ ਵਿੱਚ ਕੀ ਗੁਣ ਹੋਣੇ ਚਾਹੀਦੇ ਹਨ ?

(d) Future plans regarding marriage/partnership

1. ਤੁਹਾਡੇ ਖ਼ਿਆਲ ਅਨੁਸਾਰ ਵਿਆਹ ਕਰਾਉਣ ਲਈ ਮੁੰਡੇ ਕੁੜੀ ਦੀ ਕਿੰਨੀ ਕੁ ਉਮਰ ਹੋਣੀ ਚਾਹੀਦੀ ਹੈ ਅਤੇ ਕਿਉਂ ?
2. ਆਮ ਤੌਰ 'ਤੇ ਪੰਜਾਬੀ ਪਰਿਵਾਰਾਂ ਵਿੱਚ ਵਿਆਹ ਕਿਸ ਤਰ੍ਹਾਂ ਤੈਅ ਕੀਤੇ ਜਾਂਦੇ ਹਨ ?
3. ਕਈ ਪਰਿਵਾਰਾਂ ਵਿੱਚ ਮਾਤਾ ਪਿਤਾ ਆਪਣੇ ਬੱਚਿਆਂ ਦੀ ਪੂਰੀ ਸਹਿਮਤੀ ਤੋਂ ਬਗ਼ੈਰ ਉਹਨਾਂ ਦੇ ਵਿਆਹ ਤੈਅ (arrange) ਕਰ ਦਿੰਦੇ ਹਨ। ਤੁਹਾਡੇ ਇਸ ਬਾਰੇ ਕੀ ਵਿਚਾਰ ਹਨ ?
4. ਅੱਜ ਕੱਲ੍ਹ ਕਈ ਨੌਜਵਾਨ ਪੰਜਾਬੀ ਮੁੰਡੇ ਕੁੜੀਆਂ ਆਪਣੀ ਮਰਜ਼ੀ ਨਾਲ ਲਵ ਮੈਰਿਜ ਕਰਾਉਣ ਲੱਗ ਪਏ ਹਨ। ਤੁਹਾਡੇ ਖ਼ਿਆਲ ਅਨੁਸਾਰ ਇਸ ਤਰ੍ਹਾਂ ਦੇ ਵਿਆਹ ਦੇ ਕੀ ਫ਼ਾਇਦੇ ਅਤੇ ਨੁਕਸਾਨ ਹਨ ?
5. ਤੁਸੀਂ ਆਪਣਾ ਵਿਆਹ ਕਦੋਂ ਕਰਾਉਣਾ ਚਾਹੁੰਦੇ ਹੋ ਅਤੇ ਕਿਉਂ ?
6. ਤੁਸੀਂ ਕਿਸ ਤਰ੍ਹਾਂ ਦਾ ਵਿਆਹ ਕਰਾਉਣਾ ਚਾਹੋਗੇ ਅਤੇ ਕਿਉਂ ?
7. ਕੀ ਤੁਸੀਂ ਕੋਈ ਪੰਜਾਬੀ ਵਿਆਹ ਦੇਖਿਆ ਹੈ ?
8. ਵਿਆਹ ਕਿਸ ਤਰ੍ਹਾਂ ਹੋਇਆ ਸੀ ? ਵਿਆਹ ਦੀ ਸਾਰੀ ਰਸਮ ਬਾਰੇ ਦੱਸੋ। ਇਸ ਵਿੱਚ ਤੁਸੀਂ ਮਿਲਣੀ ਦੀ ਰਸਮ, ਗੁਰਦੁਆਰੇ ਵਿੱਚ ਵਿਆਹ ਦੀ ਰਸਮ ਅਤੇ ਦੁਪਹਿਰ ਦੇ ਖਾਣੇ ਬਾਰੇ ਦੱਸ ਸਕਦੇ ਹੋ।
9. ਪੰਜਾਬੀ ਵਿਆਹਾਂ ਵਿੱਚ ਤੁਹਾਨੂੰ ਕੀ ਚੰਗਾ ਲੱਗਿਆ ਅਤੇ ਕੀ ਚੰਗਾ ਨਹੀਂ ਲੱਗਿਆ ਅਤੇ ਕਿਉਂ ?
10. ਆਮ ਤੌਰ 'ਤੇ ਪੰਜਾਬੀ ਵਿਆਹਾਂ 'ਤੇ ਲੋਕੀਂ ਬਹੁਤ ਜ਼ਿਆਦਾ ਖ਼ਰਚ ਕਰ ਦਿੰਦੇ ਹਨ। ਤੁਹਾਡੇ ਇਸ ਬਾਰੇ ਕੀ ਵਿਚਾਰ ਹਨ ?
11. ਕਈ ਇੰਗਲੈਂਡ ਵਿੱਚ ਰਹਿੰਦੇ ਪੰਜਾਬੀ ਮੁੰਡੇ ਕੁੜੀਆਂ ਪੰਜਾਬ ਜਾ ਕੇ ਉਥੋਂ ਦੇ ਮੁੰਡੇ ਕੁੜੀਆਂ ਨਾਲ ਵਿਆਹ ਕਰਾ ਲੈਂਦੇ ਹਨ। ਇਸ ਤਰ੍ਹਾਂ ਦੇ ਵਿਆਹਾਂ ਵਿੱਚ ਕਿਸ ਤਰ੍ਹਾਂ ਦੀਆਂ ਮੁਸ਼ਕਲਾਂ ਆਉਂਦੀਆਂ ਹਨ ?
12. ਤੁਸੀਂ ਇਸ ਤਰ੍ਹਾਂ ਦੇ ਵਿਆਹਾਂ ਨੂੰ ਸਫਲ ਬਣਾਉਣ ਲਈ ਕੀ ਸੁਝਾਅ ਦਿਓਗੇ ?
13. ਇਹ ਵੀ ਦੇਖਣ ਵਿੱਚ ਆਇਆ ਹੈ ਕਿ ਕਈ ਪੰਜਾਬੀ ਮੁੰਡੇ ਕੁੜੀਆਂ ਆਪਣੀ ਜਾਤ ਜਾਂ ਧਰਮ ਤੋਂ ਵੱਖਰੇ ਜਾਤ ਜਾਂ ਧਰਮ ਦੇ ਮੁੰਡੇ ਕੁੜੀਆਂ ਨਾਲ ਵਿਆਹ ਕਰਵਾ ਲੈਂਦੇ ਹਨ। ਤੁਹਾਡੇ ਇਸ ਤਰ੍ਹਾਂ ਦੇ ਵਿਆਹਾਂ ਬਾਰੇ ਕੀ ਵਿਚਾਰ ਹਨ ?
14. ਅੱਜ ਕੱਲ੍ਹ ਕਈ ਮੁੰਡੇ ਕੁੜੀਆਂ ਇਕੱਠੇ ਤਾਂ ਰਹਿੰਦੇ ਹਨ, ਪਰ ਵਿਆਹ ਨਹੀਂ ਕਰਾਉਂਦੇ। ਤੁਸੀਂ ਇਸ ਤਰ੍ਹਾਂ ਦੇ ਰਿਸ਼ਤੇ ਬਾਰੇ ਕੀ ਕਹਿਣਾ ਚਾਹੋਗੇ ?
15. ਪੰਜਾਬੀ ਵਿਆਹਾਂ ਨੂੰ ਹੋਰ ਸਫਲ ਬਣਾਉਣ ਲਈ ਉਹਨਾਂ ਦੀਆਂ ਵੱਖ ਵੱਖ ਰਸਮਾਂ ਵਿੱਚ ਕੀ ਸੁਧਾਰ ਲਿਆਉਣਾ ਚਾਹੋਗੇ ਅਤੇ ਕਿਉਂ ?
16. ਅੱਜ ਕੱਲ੍ਹ ਕਈ ਵਿਆਹ ਇੰਟਰਨੈੱਟ ਦੀ ਸਹਾਇਤਾ ਨਾਲ ਹੁੰਦੇ ਹਨ। ਤੁਸੀਂ ਇਸ ਬਾਰੇ ਕੀ ਕਹਿਣਾ ਚਾਹੋਗੇ ?
17. ਟੈਲੀਵਿਯਨ 'ਤੇ ਦਿਖਾਏ ਜਾਣ ਵਾਲੇ ਪ੍ਰੋਗਰਾਮ 'ਸ਼ਾਦੀ ਤੀਨ ਕਰੋੜ ਕੀ' ਬਾਰੇ ਤੁਹਾਡੇ ਕੀ ਵਿਚਾਰ ਹਨ। ਇਸ ਤਰ੍ਹਾਂ ਦੇ ਪ੍ਰੋਗਰਾਮਾਂ ਦਾ ਸਾਡੇ ਸਮਾਜ 'ਤੇ ਕਿਸ ਤਰ੍ਹਾਂ ਦਾ ਅਸਰ ਹੋਵੇਗਾ ?

(e) Social issues and equality

(i) Race

1. ਨਸਲਵਾਦ ਕੀ ਹੁੰਦਾ ਹੈ ?
2. ਕੀ ਤੁਹਾਡੇ ਸਕੂਲ ਵਿੱਚ ਸਭ ਨਸਲਾਂ ਅਤੇ ਧਰਮਾਂ ਦੇ ਵਿਦਿਆਰਥੀਆਂ ਨੂੰ ਬਰਾਬਰ ਸਮਝਿਆ ਜਾਂਦਾ ਹੈ ? ਜੇ ਨਹੀਂ ਤਾਂ ਕਿਉਂ ਨਹੀਂ ?
3. ਸਕੂਲਾਂ ਵਿੱਚ ਨਸਲੀ ਵਿਤਕਰਾ ਦੂਰ ਕਰਨ ਲਈ ਮੁਖ ਅਧਿਆਪਕ ਨੂੰ ਕੀ ਕਰਨਾ ਚਾਹੀਦਾ ਹੈ ?
4. ਆਮ ਤੌਰ 'ਤੇ ਲੋਕ ਨਸਲੀ ਵਿਤਕਰਾ ਕਿਉਂ ਕਰਦੇ ਹਨ ?
5. ਨਸਲਵਾਦ ਲੋਕਾਂ ਦੇ ਜੀਵਨ ਨੂੰ ਕਿਸ ਤਰ੍ਹਾਂ ਨੁਕਸਾਨ ਪਹੁੰਚਾਉਂਦਾ ਹੈ ?
6. ਨਸਲਵਾਦ ਦੀ ਸਮੱਸਿਆ ਦੇ ਹੱਲ ਲਈ ਤੁਸੀਂ ਕੀ ਸੁਝਾਅ ਦਿਓਗੇ ?
7. ਕੀ ਤੁਹਾਨੂੰ ਵੀ ਕਦੇ ਨਸਲਵਾਦ ਦਾ ਸਾਹਮਣਾ ਕਰਨਾ ਪਿਆ ਸੀ ? ਕਿਸੇ ਇਕ ਘਟਨਾ ਬਾਰੇ ਦੱਸੋ।

Gender

1. ਕੀ ਪੰਜਾਬੀ ਸਮਾਜ ਵਿੱਚ ਮੁੰਡੇ ਕੁੜੀਆਂ ਨੂੰ ਬਰਾਬਰ ਸਮਝਿਆ ਜਾਂਦਾ ਹੈ ? ਜੇ ਨਹੀਂ ਤਾਂ ਕਿਉਂ ?
2. ਕੀ ਪੰਜਾਬੀ ਕੁੜੀਆਂ ਨੂੰ ਪੜ੍ਹਾਈ ਅਤੇ ਨੌਕਰੀ ਕਰਨ ਲਈ ਮੁੰਡਿਆਂ ਦੇ ਬਰਾਬਰ ਮੌਕੇ ਮਿਲਦੇ ਹਨ ? ਇਸ ਬਾਰੇ ਤੁਸੀਂ ਕੀ ਕਹਿਣਾ ਚਾਹੋਗੇ ?
3. ਪੰਜਾਬ ਵਿੱਚ ਮੁੰਡਿਆਂ ਦੀ ਨਿਸਬਤ ਕੁੜੀਆਂ ਘੱਟ ਪੈਦਾ ਹੁੰਦੀਆਂ ਹਨ। ਇਸ ਦੇ ਕੀ ਕਾਰਨ ਹਨ ?
4. ਇਸ ਸਮੱਸਿਆ ਦੇ ਹੱਲ ਲਈ ਤੁਸੀਂ ਕੀ ਸੁਝਾਅ ਦਿਓਗੇ ?

(ii) Poverty (ਗ਼ਰੀਬੀ)

1. ਗ਼ਰੀਬੀ ਦਾ ਲੋਕਾਂ ਦੀ ਜ਼ਿੰਦਗੀ 'ਤੇ ਕੀ ਅਤੇ ਕਿਸ ਤਰ੍ਹਾਂ ਦਾ ਅਸਰ ਪੈਂਦਾ ਹੈ ?
2. ਲੋਕ ਗ਼ਰੀਬ ਕਿਉਂ ਹੋ ਜਾਂਦੇ ਹਨ ?
3. ਗ਼ਰੀਬੀ ਨੂੰ ਦੂਰ ਕਰਨ ਲਈ ਲੋਕਾਂ ਨੂੰ ਕੀ ਕਰਨਾ ਚਾਹੀਦਾ ਹੈ ?
4. ਸਰਕਾਰ ਗ਼ਰੀਬੀ ਨੂੰ ਦੂਰ ਕਰਨ ਲਈ ਕੀ ਰੋਲ ਅਦਾ ਕਰ ਸਕਦੀ ਹੈ ?

(iii) Other social issues

1. ਪੰਜਾਬੀ ਸਮਾਜ ਵਿੱਚ ਜਾਤ-ਪਾਤ ਦੀ ਪ੍ਰਥਾ ਅਜੇ ਵੀ ਚਾਲੂ ਹੈ। ਇਸ ਵਿੱਚ ਸੁਧਾਰ ਲਿਆਉਣ ਬਾਰੇ ਤੁਸੀਂ ਕੀ ਕਹਿਣਾ ਚਾਹੋਗੇ ?

2. ਪੰਜਾਬੀਆਂ ਵਿੱਚ ਨਸ਼ਿਆਂ ਦੀ ਇੱਕ ਸਮੱਸਿਆ ਹੈ ? ਇਹ ਕਿਉਂ ਹੈ ? ਇਸ ਸਮੱਸਿਆ ਦਾ ਕੀ ਹੱਲ ਹੋਣਾ ਚਾਹੀਦਾ ਹੈ ?

3. ਕਈ ਪੰਜਾਬੀ ਨੌਜਵਾਨ ਨਸ਼ਿਆਂ ਦੀ ਅਧਿਕ ਵਰਤੋਂ ਕਰਨ ਲੱਗ ਪਏ ਹਨ। ਇਸ ਨੂੰ ਕਿਸ ਤਰ੍ਹਾਂ ਰੋਕਿਆ ਜਾ ਸਕਦਾ ਹੈ ?

4. ਸਰਕਾਰ ਨੂੰ ਨਸ਼ਿਆਂ 'ਤੇ ਕੰਟਰੋਲ ਪਾਉਣ ਲਈ ਕੀ ਕਰਨਾ ਚਾਹੀਦਾ ਹੈ ?

5. ਕਈ ਲੋਕ ਚੋਰੀਆਂ ਕਰਦੇ ਹਨ। ਉਹ ਚੋਰੀਆਂ ਕਿਉਂ ਕਰਦੇ ਹਨ ?

6. ਤੁਹਾਡੇ ਖ਼ਿਆਲ ਅਨੁਸਾਰ ਚੋਰੀਆਂ ਨੂੰ ਕਿਸ ਤਰ੍ਹਾਂ ਰੋਕਿਆ ਜਾ ਸਕਦਾ ਹੈ ?

7. ਬਹੁਤੇ ਪੰਜਾਬੀ ਪਰਿਵਾਰਾਂ ਵਿੱਚ ਬੰਦੇ ਇਸਤ੍ਰੀਆਂ ਦਾ ਘਰ ਦੇ ਕੰਮਾਂ ਵਿੱਚ ਬਹੁਤ ਘੱਟ ਹੱਥ ਵਟਾਉਂਦੇ ਹਨ। ਤੁਹਾਡੇ ਖ਼ਿਆਲ ਵਿੱਚ ਇਸ ਦੇ ਕੀ ਕਾਰਨ ਹਨ ?

CHAPTER 3

Leisure

Students should be able to understand and provide information and opinions about the contexts relating to their own Leisure and that of other people.

1. Free Time and the Media

The teacher can discuss Free time and Media in the class and students can discuss in groups. Under this heading the following sub-topics can be discussed :

(a) Free time activities

(b) Shopping, money, fashion and trends

(c) Advantages and disadvantages of new technology

The following questions will help students to understand and provide information and opinions about these sub-topics.

(a) Free time activities

(i) Free time activities at home

1. ਟੈਲੀਵਿਯਨ ਦੇਖਣ ਦੇ ਕੀ ਕੀ ਲਾਭ ਹਨ ?

2. ਬਹੁਤਾ ਟੈਲੀਵਿਯਨ ਦੇਖਣਾ ਕਿਉਂ ਚੰਗਾ ਨਹੀਂ ?

3. ਤੁਸੀਂ ਟੈਲੀਵਿਯਨ 'ਤੇ ਕਿਹੜਾ ਚੈਨਲ ਦੇਖਣਾ ਜ਼ਿਆਦਾ ਪਸੰਦ ਕਰਦੇ ਹੋ ਅਤੇ ਕਿਉਂ ?

4. ਪਿਛਲੇ ਹਫ਼ਤੇ ਜਿਹੜਾ ਟੈਲੀਵਿਯਨ 'ਤੇ ਪ੍ਰੋਗਰਾਮ ਤੁਹਾਨੂੰ ਚੰਗਾ ਲੱਗਿਆ ਸੀ, ਉਸ ਬਾਰੇ ਕੁਝ ਦੱਸੋ।

5. ਟੈਲੀਵਿਯਨ 'ਤੇ ਜਿਹੜੀ ਵੀ ਪੰਜਾਬੀ/ਹਿੰਦੀ ਫ਼ਿਲਮ ਤੁਸੀਂ ਦੇਖੀ ਹੈ, ਉਸ ਬਾਰੇ ਦੱਸੋ।

6. ਤੁਸੀਂ ਆਪਣੇ ਮਨਪਰਚਾਵੇ ਲਈ ਕਿਸ ਤਰ੍ਹਾਂ ਦੇ ਗਾਣੇ ਸੁਣਦੇ ਹੋ ਅਤੇ ਕਿਉਂ ?

7. ਤੁਹਾਡਾ ਮਨਪਸੰਦ ਗਾਇਕ ਕੌਣ ਹੈ ? ਇਸ ਗਾਇਕ ਨੂੰ ਤੁਸੀਂ ਕਿਉਂ ਪਸੰਦ ਕਰਦੇ ਹੋ ?

8. ਰੇਡੀਓ ਸੁਣਨ ਦੇ ਕੀ ਲਾਭ ਹਨ ? ਤੁਸੀਂ ਲੋਕਾਂ ਨੂੰ ਰੇਡੀਓ ਸੁਣਨ ਬਾਰੇ ਕੀ ਸਲਾਹ ਦਿਓਗੇ ?

9. ਰੇਡੀਓ 'ਤੇ ਕਿਸ ਤਰ੍ਹਾਂ ਦੇ ਪ੍ਰੋਗਰਾਮ ਪੇਸ਼ ਕੀਤੇ ਜਾਂਦੇ ਹਨ ?

10. ਤੁਹਾਨੂੰ ਕਿਹੜਾ ਪ੍ਰੋਗਰਾਮ ਸਭ ਤੋਂ ਵੱਧ ਪਸੰਦ ਹੈ ਅਤੇ ਕਿਉਂ ?

11. ਲੋਕੀਂ ਅਖ਼ਬਾਰਾਂ ਕਿਉਂ ਪੜ੍ਹਦੇ ਹਨ ?

12. ਤੁਸੀਂ ਕਿਹੜੀ ਅਖ਼ਬਾਰ ਪੜ੍ਹਦੇ ਹੋ ਅਤੇ ਕਿਉਂ ?

13. ਸਾਡੇ ਲਈ ਕਿਤਾਬਾਂ ਪੜ੍ਹਨੀਆਂ ਕਿਉਂ ਜ਼ਰੂਰੀ ਹਨ ?

14. ਤੁਸੀਂ ਆਪਣੇ ਮਨੋਰੰਜਨ ਲਈ ਕਿਸ ਤਰ੍ਹਾਂ ਦੀਆਂ ਕਿਤਾਬਾਂ ਪੜ੍ਹਦੇ ਹੋ ਅਤੇ ਕਿਉਂ ?

15. ਤੁਸੀਂ ਮਨੋਰੰਜਨ ਲਈ ਆਪਣੇ ਘਰ ਵਿੱਚ ਕਿਹੜੀਆਂ ਖੇਡਾਂ ਖੇਡ ਸਕਦੇ ਹੋ ?

16. ਇਹਨਾਂ ਖੇਡਾਂ ਬਾਰੇ ਕੁਝ ਦੱਸੋ।

17. ਤੁਸੀਂ ਕੰਪਿਊਟਰ 'ਤੇ ਕਿਹੜੀਆਂ ਖੇਡਾਂ ਖੇਡਦੇ ਹੋ ?

18. ਤੁਸੀਂ ਆਪਣੇ ਮਿੱਤਰ/ਸਹੇਲੀ ਨੂੰ ਕੰਪਿਊਟਰ 'ਤੇ ਖੇਡਾਂ ਖੇਡਣ ਬਾਰੇ ਜਾਂ ਇੰਟਰਨੈੱਟ 'ਤੇ ਵਧੇਰੇ ਸਮਾਂ ਗੁਜ਼ਾਰਨ ਬਾਰੇ ਕੀ ਸਲਾਹ ਦੇਣਾ ਚਾਹੋਗੇ ਅਤੇ ਕਿਉਂ ?

(ii) Free time activities outside the home

1. ਤੁਹਾਡੇ ਇਲਾਕੇ ਵਿੱਚ ਮਨਪਰਚਾਵੇ ਦੀਆਂ ਕੀ ਸਹੂਲਤਾਂ ਹਨ ?
2. ਤੁਹਾਡੇ ਖ਼ਿਆਲ ਅਨੁਸਾਰ ਤੁਹਾਡੇ ਇਲਾਕੇ ਵਿੱਚ ਨੌਜਵਾਨਾਂ ਅਤੇ ਸਿਆਣਿਆਂ ਦੇ ਮਨੋਰੰਜਨ ਲਈ ਕੀ ਸਹੂਲਤਾਂ ਹੋਣੀਆਂ ਚਾਹੀਦੀਆਂ ਹਨ ?
3. ਕੀ ਤੁਸੀਂ ਕਦੇ ਸਿਨੇਮਾ ਵਿੱਚ ਜਾ ਕੇ ਫ਼ਿਲਮ ਦੇਖੀ ਸੀ ?
4. ਕਿਹੜੀ ਫ਼ਿਲਮ ਦੇਖੀ ਸੀ ? ਉਸ ਫ਼ਿਲਮ ਬਾਰੇ ਕੁਝ ਦੱਸੋ।
5. ਕੀ ਤੁਸੀਂ ਫ਼ਿਲਮ ਟੈਲੀਵਿਯਨ 'ਤੇ ਦੇਖਣਾ ਪਸੰਦ ਕਰਦੇ ਹੋ ਜਾਂ ਸਿਨੇਮਾ ਵਿੱਚ ਜਾ ਕੇ ਅਤੇ ਕਿਉਂ ?
6. ਤੁਸੀਂ ਆਪਣਾ ਸਨਿੱਚਰਵਾਰ ਐਤਵਾਰ (ਵੀਕ ਐਂਡ) ਕਿੱਥੇ ਅਤੇ ਕਿਸ ਤਰ੍ਹਾਂ ਗੁਜ਼ਾਰਦੇ ਹੋ ?
7. ਪਿਛਲਾ ਸਨਿੱਚਰਵਾਰ ਐਤਵਾਰ ਤੁਸੀਂ ਕਿਸ ਤਰ੍ਹਾਂ ਅਤੇ ਕਿੱਥੇ ਗੁਜ਼ਾਰਿਆ ਸੀ ?
8. ਕੀ ਤੁਸੀਂ ਆਪਣੇ ਵਿਹਲੇ ਸਮੇਂ ਵਿੱਚ ਕੋਈ ਖੇਡ ਵੀ ਖੇਡਦੇ ਹੋ ?
9. ਕਿਹੜੀ ਖੇਡ ਖੇਡਦੇ ਹੋ ? ਇਸ ਖੇਡ ਬਾਰੇ ਕੁਝ ਦੱਸੋ।

Some General Questions

1. ਤੁਸੀਂ ਆਪਣਾ ਵਿਹਲਾ ਸਮਾਂ ਕਿਸ ਤਰ੍ਹਾਂ ਗੁਜ਼ਾਰਦੇ ਹੋ ?
2. ਤੁਹਾਡੇ ਖ਼ਿਆਲ ਅਨੁਸਾਰ ਜ਼ਿੰਦਗੀ ਲਈ ਵਿਹਲਾ ਸਮਾਂ ਕਿਉਂ ਜ਼ਰੂਰੀ ਹੈ ?

(b) Shopping, money, fashion and trends

Under this heading the teacher can conduct a class discussion and students can discuss in groups sub-topics such as shops, shopping facilities, pocket money, prices of leisure activities, methods of payment, fashion, clothes-sizes, colours, special offers, discounts and sales.

The following questions will help students to understand and provide information and opinions about shopping, money, fashion and trends.

1. ਆਮ ਤੌਰ 'ਤੇ ਤੁਸੀਂ ਚੀਜ਼ਾਂ ਕਿੱਥੋਂ ਖ਼ਰੀਦਦੇ ਹੋ ?
2. ਤੁਸੀਂ ਕਿਸ ਤਰ੍ਹਾਂ ਦੀਆਂ ਚੀਜ਼ਾਂ ਖ਼ਰੀਦਣਾ ਜ਼ਿਆਦਾ ਪਸੰਦ ਕਰਦੇ ਹੋ ਅਤੇ ਕਿਉਂ ?
3. ਤੁਹਾਡੇ ਇਲਾਕੇ ਵਿੱਚ ਇਹ ਚੀਜ਼ਾਂ ਖ਼ਰੀਦਣ ਦੀਆਂ ਕੀ ਸਹੂਲਤਾਂ ਹਨ ?
4. ਉਹਨਾਂ ਦੁਕਾਨਾਂ ਬਾਰੇ ਕੁਝ ਦੱਸੋ ਜਿੱਥੋਂ ਤੁਸੀਂ ਚੀਜ਼ਾਂ ਖ਼ਰੀਦਦੇ ਹੋ ?
5. ਪਿਛਲੀ ਵਾਰੀ ਜੋ ਤੁਸੀਂ ਚੀਜ਼ਾਂ ਖ਼ਰੀਦੀਆਂ ਸਨ, ਉਹਨਾਂ ਬਾਰੇ ਕੁਝ ਦੱਸੋ।
6. ਤੁਹਾਨੂੰ ਹਫ਼ਤੇ ਦਾ ਕਿੰਨਾ ਜੇਬ ਖ਼ਰਚ ਮਿਲਦਾ ਹੈ ?
7. ਜੋ ਤੁਹਾਨੂੰ ਜੇਬ ਖ਼ਰਚ ਮਿਲਦਾ ਹੈ, ਉਹ ਤੁਸੀਂ ਕਿਸ ਤਰ੍ਹਾਂ ਖ਼ਰਚਦੇ ਹੋ ?
8. ਕਈ ਬੱਚੇ ਆਪਣੇ ਜੇਬ ਖ਼ਰਚ ਦੇ ਪੈਸਿਆਂ ਵਿੱਚੋਂ ਕੁਝ ਪੈਸੇ ਬਚਾ ਕੇ ਬੈਂਕ ਵਿੱਚ ਰੱਖਦੇ ਹਨ। ਤੁਹਾਡੇ ਇਸ ਬਾਰੇ ਕੀ ਵਿਚਾਰ ਹਨ ?
9. ਜੇ ਤੁਹਾਡੀ ਲਾਟਰੀ ਨਿਕਲ ਆਵੇ ਅਤੇ ਤੁਹਾਨੂੰ ਬਹੁਤ ਸਾਰੇ ਪੈਸੇ ਮਿਲ ਜਾਣ ਤਾਂ ਤੁਸੀਂ ਇਹ ਕਿਸ ਤਰ੍ਹਾਂ ਖ਼ਰਚ ਕਰੋਗੇ ਅਤੇ ਕਿਉਂ ?
10. ਕੀ ਮਨੋਰੰਜਨ ਵਾਲੀਆਂ ਕ੍ਰਿਆਵਾਂ ਕਰਨ ਲਈ ਕੋਈ ਪੈਸੇ ਵੀ ਲੱਗਦੇ ਹਨ ?
11. ਸਿਆਣਿਆਂ ਲਈ ਅਤੇ ਬੱਚਿਆਂ ਲਈ ਮਨੋਰੰਜਨ ਵਾਲੀਆਂ ਕ੍ਰਿਆਵਾਂ ਮੁਫ਼ਤ ਹੋਣੀਆਂ ਚਾਹੀਦੀਆਂ ਹਨ। ਤੁਹਾਡੇ ਇਸ ਬਾਰੇ ਕੀ ਵਿਚਾਰ ਹਨ ?
12. ਜਦੋਂ ਲੋਕੀਂ ਚੀਜ਼ਾਂ ਖ਼ਰੀਦਦੇ ਹਨ ਤਾਂ ਉਹ ਕਿਹੜੇ ਕਿਹੜੇ ਢੰਗਾਂ ਨਾਲ ਦੁਕਾਨਦਾਰਾਂ ਨੂੰ ਪੈਸੇ ਦੇ ਸਕਦੇ ਹਨ ?
13. ਤੁਸੀਂ ਕਿਹੜਾ ਢੰਗ ਪਸੰਦ ਕਰੋਗੇ ਅਤੇ ਕਿਉਂ ?
14. ਨਵੇਂ ਫ਼ੈਸ਼ਨ ਤੋਂ ਕੀ ਭਾਵ ਹੈ ?
15. ਆਮ ਤੌਰ 'ਤੇ ਲੋਕ ਨਵੇਂ ਫ਼ੈਸ਼ਨ ਨੂੰ ਕਿਉਂ ਪਸੰਦ ਕਰਦੇ ਹਨ ?
16. ਅੱਜ ਕੱਲ੍ਹ ਦੀਆਂ ਕੁਝ ਨਵੇਂ ਫ਼ੈਸ਼ਨ ਦੀਆਂ ਗੱਲਾਂ ਬਾਰੇ ਦੱਸੋ, ਜਿਨ੍ਹਾਂ ਦਾ ਤੁਹਾਨੂੰ ਪਤਾ ਹੈ ?

17. ਕਿਸ ਤਰ੍ਹਾਂ ਪਤਾ ਲੱਗਦਾ ਹੈ ਕਿ ਨਵਾਂ ਫ਼ੈਸ਼ਨ ਚੱਲ ਰਿਹਾ ਹੈ ?

18. ਕੀ ਤੁਸੀਂ ਨਵੇਂ ਫ਼ੈਸ਼ਨ ਨੂੰ ਪਸੰਦ ਕਰਦੇ ਹੋ ? ਕਿਉਂ ?

19. ਜੇ ਤੁਸੀਂ ਨਵੇਂ ਫ਼ੈਸ਼ਨ ਨੂੰ ਪਸੰਦ ਨਹੀਂ ਕਰਦੇ ਤਾਂ ਕਿਉਂ ਨਹੀਂ ?

20. ਕਈ ਲੋਕੀਂ ਨਵੇਂ ਫ਼ੈਸ਼ਨ ਦੇ ਕਪੜਿਆਂ ਅਤੇ ਜੁੱਤੀਆਂ 'ਤੇ ਬਹੁਤ ਪੈਸੇ ਖ਼ਰਚਦੇ ਹਨ। ਤੁਹਾਡੇ ਇਸ ਬਾਰੇ ਕੀ ਵਿਚਾਰ ਹਨ ?

21. ਅੱਜ ਕੱਲ੍ਹ ਪੰਜਾਬੀ ਮਰਦਾਂ ਅਤੇ ਇਸਤਰੀਆਂ ਦੇ ਕਪੜਿਆਂ ਦਾ ਕਿਹੜਾ ਫ਼ੈਸ਼ਨ ਚੱਲ ਰਿਹਾ ਹੈ। ਤੁਹਾਡੀ ਇਸ ਬਾਰੇ ਕੀ ਰਾਏ ਹੈ ?

22. ਤੁਸੀਂ ਕਿਸ ਤਰ੍ਹਾਂ ਦੇ ਕਪੜੇ ਪਹਿਨਣਾ ਪਸੰਦ ਕਰਦੇ ਹੋ ਅਤੇ ਕਿਉਂ ?

23. ਤੁਸੀਂ ਕਿਹੜੇ ਸਾਈਜ਼ ਦੇ ਕਪੜੇ ਪਹਿਨਦੇ ਹੋ ਅਤੇ ਤੁਹਾਨੂੰ ਕਿਹੜਾ ਰੰਗ ਪਸੰਦ ਹੈ ?

24. ਅੱਜ ਕੱਲ੍ਹ ਦੇ ਕਪੜਿਆਂ ਦੇ ਫ਼ੈਸ਼ਨ ਵਿੱਚ ਤੁਸੀਂ ਕੀ ਬਦਲਣਾ ਚਾਹੋਗੇ ਅਤੇ ਕਿਉਂ ?

25. ਕਿਸੇ ਪੁਰਾਣੇ ਫ਼ੈਸ਼ਨ ਦੇ ਕਪੜਿਆਂ ਬਾਰੇ ਕੁਝ ਦੱਸੋ।

26. ਕੀ ਤੁਸੀਂ ਕਦੇ ਚੀਜ਼ਾਂ ਸੇਲ 'ਤੇ ਵੀ ਖ਼ਰੀਦੀਆਂ ਹਨ ? ਕੀ ਡਿਸਕਾਊਂਟ ਮਿਲਿਆ ਸੀ ?

27. ਕਈ ਵਾਰ ਦੁਕਾਨਦਾਰ ਆਪਣੀਆਂ ਚੀਜ਼ਾਂ ਵੱਧ ਗਿਣਤੀ ਵਿੱਚ ਵੇਚਣ ਲਈ ਖ਼ਾਸ ਰਿਆਇਤ (special offer) 'ਤੇ ਲਾ ਦਿੰਦੇ ਹਨ। ਤੁਹਾਡੇ ਇਸ ਬਾਰੇ ਕੀ ਵਿਚਾਰ ਹਨ ?

(c) Advantages and disadvantages of new technology

Under this heading the following sub-topics can be discussed :

(i) The development of technology in recent years

(ii) Advantages of new technology

(iii) Disadvantages of new technology

The following questions will help students to understand and provide information and opinions about developments of new technology and its advantages and disadvantages.

1. ਪਿਛਲੇ ਕੁਝ ਸਾਲਾਂ ਵਿੱਚ ਨਵੀਂ ਟੈਕਨੋਲੋਜੀ ਦਾ ਬਹੁਤ ਵਾਧਾ ਹੋਇਆ ਹੈ। ਇਸ ਬਾਰੇ ਕੁਝ ਦੱਸੋ।
2. ਤੁਹਾਡੇ ਖ਼ਿਆਲ ਵਿੱਚ ਆਮ ਲੋਕਾਂ ਦੀ ਜ਼ਿੰਦਗੀ 'ਤੇ ਨਵੀਂ ਟੈਕਨੋਲੋਜੀ ਦਾ ਕੀ ਅਸਰ ਪਿਆ ਹੈ ?
3. ਨਵੀਂ ਟੈਕਨੋਲੋਜੀ ਦੇ ਕੀ ਫ਼ਾਇਦੇ ਅਤੇ ਕੀ ਨੁਕਸਾਨ ਹਨ ?
4. ਮੋਬਾਇਲ ਫ਼ੋਨ ਦੇ ਕੀ ਫ਼ਾਇਦੇ ਅਤੇ ਕੀ ਨੁਕਸਾਨ ਹਨ ?
5. ਅੱਜ ਕੱਲ੍ਹ ਲੋਕਾਂ ਲਈ ਇੰਟਰਨੈੱਟ ਦੀ ਵਰਤੋਂ ਕਰਨਾ ਜ਼ਰੂਰੀ ਬਣ ਗਿਆ ਹੈ ? ਤੁਹਾਡੇ ਇਸ ਬਾਰੇ ਕੀ ਖ਼ਿਆਲ ਹਨ ?
6. ਇੰਟਰਨੈੱਟ 'ਤੇ ਤੁਸੀਂ ਕੀ ਕੀ ਕਰ ਸਕਦੇ ਹੋ ?
7. ਇੰਟਰਨੈੱਟ ਤੋਂ ਕੀ ਕੀ ਖ਼ਤਰੇ ਹੋ ਸਕਦੇ ਹਨ ?
8. ਅੱਜ ਕੱਲ੍ਹ ਕਈ ਲੋਕ ਫੇਸ ਬੁੱਕ 'ਤੇ ਜਾਣਾ ਜ਼ਿਆਦਾ ਪਸੰਦ ਕਰਦੇ ਹਨ। ਤੁਹਾਡੇ ਵਿਚਾਰ ਅਨੁਸਾਰ ਇਸ ਦੇ ਕੀ ਫ਼ਾਇਦੇ ਅਤੇ ਕੀ ਨੁਕਸਾਨ ਹਨ ?
9. ਕੰਪਿਊਟਰਾਂ ਦੀ ਵਰਤੋਂ ਕਰਕੇ ਲੋਕਾਂ ਦੀ ਆਮ ਜ਼ਿੰਦਗੀ 'ਤੇ ਕੀ ਅਸਰ ਪਿਆ ਜਾਪਦਾ ਹੈ ?
10. ਕੰਪਿਊਟਰ ਦੇ ਕੀ ਫ਼ਾਇਦੇ ਅਤੇ ਕੀ ਨੁਕਸਾਨ ਹਨ ?
11. ਨਵੀਂ ਟੈਕਨੋਲੋਜੀ ਨੇ ਸਕੂਲਾਂ ਦੀ ਪੜ੍ਹਾਈ ਵਿੱਚ ਕੀ ਰੋਲ ਅਦਾ ਕੀਤਾ ਹੈ ?
12. ਇਹ ਵੀ ਦੇਖਣ ਵਿੱਚ ਆਇਆ ਹੈ ਕਿ ਕਈ ਸ਼ਰਾਰਤੀ ਬੱਚੇ ਮੋਬਾਇਲ ਫ਼ੋਨ ਜਾਂ ਫ਼ੇਸ ਬੁੱਕ ਰਾਹੀਂ ਦੂਜੇ ਬੱਚਿਆਂ ਨੂੰ ਧਮਕੀਆਂ ਦਿੰਦੇ ਹਨ ਅਤੇ ਡਰਾਉਂਦੇ ਹਨ। ਇਸ ਬਾਰੇ ਤੁਹਾਡੇ ਕੀ ਵਿਚਾਰ ਹਨ ?
13. ਕਈ ਵਾਰੀ ਲੋਕ ਕੰਪਿਊਟਰ 'ਤੇ ਬਹੁਤ ਲੰਮੇ ਸਮੇਂ ਲਈ ਖੇਡਾਂ ਖੇਡਦੇ ਰਹਿੰਦੇ ਹਨ। ਇਸ ਦਾ ਉਹਨਾਂ ਦੀ ਜ਼ਿੰਦਗੀ 'ਤੇ ਕੀ ਅਸਰ ਪੈਂਦਾ ਹੈ ?
14. ਤੁਹਾਡੇ ਖ਼ਿਆਲ ਅਨੁਸਾਰ ਲੋਕੀਂ ਆਪਣੇ ਮਨੋਰੰਜਨ ਲਈ ਨਵੀਂ ਟੈਕਨੋਲੋਜੀ ਦੀ ਠੀਕ ਵਰਤੋਂ ਕਿਸ ਤਰ੍ਹਾਂ ਕਰ ਸਕਦੇ ਹਨ ?

2. Holidays

The teacher can discuss holidays in the class and the students can discuss in groups. Under this heading the following sub-topics can be discussed.

(a) Plans, preferences, experiences

(b) What to see and getting around

The discussion on the following questions will help students to understand and provide information and opinions about these sub-topics.

(a) Plans, preferences, experiences

1. ਲੋਕ ਛੁੱਟੀਆਂ 'ਤੇ ਕਿਉਂ ਜਾਂਦੇ ਹਨ ?

2. ਆਮ ਤੌਰ 'ਤੇ ਲੋਕ ਛੁੱਟੀਆਂ 'ਤੇ ਕਿੱਥੇ ਕਿੱਥੇ ਜਾਂਦੇ ਹਨ ?

3. ਜਿਸ ਸ਼ਹਿਰ ਵਿੱਚ ਤੁਸੀਂ ਰਹਿੰਦੇ ਹੋ, ਇਸ ਬਾਰੇ ਕੁਝ ਦੱਸੋ।

4. ਤੁਹਾਡੇ ਸ਼ਹਿਰ ਵਿੱਚ ਕਿਹੜੀਆਂ ਕਿਹੜੀਆਂ ਦੇਖਣ ਵਾਲੀਆਂ ਥਾਵਾਂ ਹਨ ? ਇਹਨਾਂ ਬਾਰੇ ਦੱਸੋ।

5. ਆਪਣੇ ਸ਼ਹਿਰ ਨੂੰ ਹੋਰ ਆਕਰਸ਼ਕ ਬਣਾਉਣ ਲਈ ਤੁਸੀਂ ਕੀ ਸੁਝਾਅ ਦਿਓਗੇ ?

6. ਤੁਹਾਡਾ ਸ਼ਹਿਰ ਕਿਸ ਇਲਾਕੇ ਵਿੱਚ ਹੈ ? ਇਸ ਇਲਾਕੇ ਬਾਰੇ ਕੁਝ ਦੱਸੋ।

7. ਤੁਹਾਡੇ ਸ਼ਹਿਰ ਵਿੱਚ ਕਿਸ ਤਰ੍ਹਾਂ ਪਹੁੰਚਿਆ ਜਾ ਸਕਦਾ ਹੈ ?

8. ਪਿਛਲੇ ਸਾਲ ਤੁਸੀਂ ਕਿੱਥੇ ਛੁੱਟੀਆਂ 'ਤੇ ਗਏ ਸੀ ਅਤੇ ਕਿਸ ਤਰ੍ਹਾਂ ਗਏ ਸੀ ?

9. ਤੁਸੀਂ ਉੱਥੇ ਕਿਉਂ ਗਏ ਸੀ ਅਤੇ ਉੱਥੇ ਤੁਸੀਂ ਕੀ ਕੀ ਦੇਖਿਆ ਸੀ ?

10. ਉਸ ਇਲਾਕੇ ਜਾਂ ਸ਼ਹਿਰ ਬਾਰੇ ਦੱਸੋ ਜਿੱਥੇ ਤੁਸੀਂ ਗਏ ਸੀ ?

11. ਉੱਥੇ ਦੇ ਲੋਕਾਂ ਬਾਰੇ ਤੁਹਾਡੇ ਕੀ ਵਿਚਾਰ ਹਨ ?

12. ਤੁਹਾਨੂੰ ਉੱਥੇ ਕੀ ਚੰਗਾ ਲੱਗਿਆ ਅਤੇ ਕਿਉਂ ?

13. ਤੁਹਾਨੂੰ ਉੱਥੇ ਕੀ ਚੰਗਾ ਨਹੀਂ ਲੱਗਿਆ ਅਤੇ ਕਿਉਂ ?

14. ਉੱਥੇ ਦੇ ਮੌਸਮ ਬਾਰੇ ਦੱਸੋ।

15. ਜਿਸ ਹੋਟਲ ਵਿੱਚ ਤੁਸੀਂ ਠਹਿਰੇ ਸੀ, ਉਸ ਬਾਰੇ ਕੁਝ ਦੱਸੋ।

16. ਉੱਥੇ ਦੇ ਖਾਣੇ ਬਾਰੇ ਕੁਝ ਦੱਸੋ।

17. ਕਈ ਲੋਕ ਪੰਜਾਬ ਵਿੱਚ ਛੁੱਟੀਆਂ ਮਨਾਉਣ ਲਈ ਜਾਂਦੇ ਹਨ। ਇਸ ਬਾਰੇ ਤੁਹਾਡੇ ਕੀ ਵਿਚਾਰ ਹਨ ?
18. ਪੰਜਾਬ ਵਿੱਚ ਕਿਹੜੀਆਂ ਕਿਹੜੀਆਂ ਦੇਖਣ ਵਾਲੀਆਂ ਥਾਵਾਂ ਹਨ ? ਇਹਨਾਂ ਥਾਵਾਂ ਬਾਰੇ ਕੁਝ ਦੱਸੋ।
19. ਕਈ ਲੋਕ ਛੁੱਟੀਆਂ ਵਿੱਚ ਹੋਟਲਾਂ ਦੀ ਬਜਾਏ ਆਪਣੇ ਰਿਸ਼ਤੇਦਾਰਾਂ ਜਾਂ ਮਿੱਤਰਾਂ ਦੋਸਤਾਂ ਦੇ ਘਰ ਰਹਿੰਦੇ ਹਨ। ਤੁਹਾਡੇ ਇਸ ਬਾਰੇ ਕੀ ਵਿਚਾਰ ਹਨ ?
20. ਬਰਤਾਨੀਆ ਵਿੱਚ ਛੁੱਟੀਆਂ ਮਨਾਉਣ ਜਾਣ ਲਈ ਕਿਹੜੀਆਂ ਕਿਹੜੀਆਂ ਚੰਗੀਆਂ ਥਾਵਾਂ ਹਨ ਅਤੇ ਕਿਉਂ ?
21. ਕਈ ਬੱਚੇ ਆਪਣੇ ਮਿੱਤਰਾਂ/ਸਹੇਲੀਆਂ ਨਾਲ ਛੁੱਟੀਆਂ 'ਤੇ ਜਾਣਾ ਚਾਹੁੰਦੇ ਹਨ ਪਰ ਆਪਣੇ ਮਾਤਾ ਪਿਤਾ ਨਾਲ ਨਹੀਂ। ਇਸ ਬਾਰੇ ਤੁਹਾਡੀ ਕੀ ਰਾਏ ਹੈ ?
22. ਜੇ ਤੁਹਾਡੀ ਲਾਟਰੀ ਨਿਕਲ ਆਵੇ ਅਤੇ ਤੁਹਾਨੂੰ ਬਹੁਤ ਸਾਰੇ ਪੈਸੇ ਮਿਲ ਜਾਣ ਤਾਂ ਤੁਸੀਂ ਆਪਣੀਆਂ ਛੁੱਟੀਆਂ ਕਿਸ ਤਰ੍ਹਾਂ ਗੁਜ਼ਾਰੋਗੇ ?
23. ਛੁੱਟੀਆਂ 'ਤੇ ਜਾਣ ਤੋਂ ਪਹਿਲਾਂ ਕੀ ਕੀ ਤਿਆਰੀ ਕਰਨ ਦੀ ਲੋੜ ਹੁੰਦੀ ਹੈ ?

(b) What to see and getting around

1. ਆਮ ਤੌਰ 'ਤੇ ਲੋਕ ਛੁੱਟੀਆਂ ਵਿੱਚ ਕੀ ਕੀ ਦੇਖਣ ਜਾਂਦੇ ਹਨ ?
2. ਕੀ ਤੁਸੀਂ ਕਦੇ ਆਪਣੇ ਸਕੂਲ ਨਾਲ ਜਾਂ ਕਿਸੇ ਗਰੁੱਪ ਨਾਲ ਸੈਰ ਸਪਾਟੇ 'ਤੇ ਗਏ ਹੋ ?
3. ਤੁਸੀਂ ਕਿੱਥੇ ਗਏ ਸੀ ਅਤੇ ਕਿਸ ਤਰ੍ਹਾਂ ਗਏ ਸੀ ?
4. ਬਰਤਾਨੀਆ ਦੀਆਂ ਉਹਨਾਂ ਥਾਵਾਂ ਬਾਰੇ ਦੱਸੋ, ਜਿੱਥੇ ਲੋਕੀਂ ਛੁੱਟੀਆਂ ਮਨਾਉਣ ਲਈ ਜਾਂਦੇ ਹਨ ?
5. ਕਈ ਲੋਕ ਸਮੁੰਦਰ ਦੇ ਕੰਢੇ ਜਾਂ ਬੀਚ ਹੌਲੀਡੇ 'ਤੇ ਜਾਂਦੇ ਹਨ। ਇਸ ਬਾਰੇ ਤੁਹਾਡੇ ਕੀ ਵਿਚਾਰ ਹਨ ?
6. ਕੀ ਤੁਸੀਂ ਵੀ ਕਦੇ ਬੀਚ ਹੌਲੀਡੇ 'ਤੇ ਗਏ ਹੋ ? ਇਸ ਬਾਰੇ ਕੁਝ ਦੱਸੋ।
7. ਅੱਜ ਕੱਲ੍ਹ ਕਈ ਅਮੀਰ ਲੋਕ ਕਰੂਜ਼ 'ਤੇ ਜਾਣਾ ਜਾਂ ਸਮੁੰਦਰੀ ਜਹਾਜ਼ ਵਿੱਚ ਛੁੱਟੀਆਂ ਗੁਜ਼ਾਰਨੀਆਂ ਵਧੇਰੇ ਪਸੰਦ ਕਰਦੇ ਹਨ। ਇਸ ਬਾਰੇ ਤੁਹਾਡੇ ਕੀ ਵਿਚਾਰ ਹਨ ?
8. ਤੁਹਾਡੇ ਖ਼ਿਆਲ ਅਨੁਸਾਰ ਚੰਗੀਆਂ ਅਤੇ ਸਸਤੀਆਂ ਛੁੱਟੀਆਂ ਮਨਾਉਣ ਲਈ ਲੋਕ ਕਿੱਥੋਂ ਜਾਣਕਾਰੀ ਲੈ ਸਕਦੇ ਹਨ ਅਤੇ ਆਪਣੀਆਂ ਛੁੱਟੀਆਂ ਕਿਸ ਤਰ੍ਹਾਂ ਬੁੱਕ ਕਰ ਸਕਦੇ ਹਨ ?

CHAPTER 4

Home and Environment

Students should be able to understand and provide information and opinions about their own home and environment and that of other people.

1. Home and Local Area

(a) Special occasions celebtrated in the home

Under this heading the teacher can conduct a class discussion and students can discuss in groups sub-topics such as birthdays, parties and family celebrations.

The following questions will help students to understand and provide informations and opinions about birthdays, parties and family celebrations.

1. ਤੁਹਾਡਾ ਜਨਮ ਦਿਨ ਕਦੋਂ ਹੁੰਦਾ ਹੈ ?

2. ਆਮ ਤੌਰ 'ਤੇ ਤੁਸੀਂ ਆਪਣਾ ਜਨਮ ਦਿਨ ਕਿਸ ਤਰ੍ਹਾਂ ਮਨਾਉਂਦੇ ਹੋ ?

3. ਪਿਛਲੇ ਸਾਲ ਤੁਸੀਂ ਆਪਣਾ ਜਨਮ ਦਿਨ ਕਿਸ ਤਰ੍ਹਾਂ ਮਨਾਇਆ ਸੀ ?

4. ਇਸ ਬਾਰੇ ਕੁਝ ਹੋਰ ਦੱਸੋ।

5. ਅਗਲੇ ਸਾਲ ਤੁਸੀਂ ਆਪਣਾ ਜਨਮ ਦਿਨ ਕਿਸ ਤਰ੍ਹਾਂ ਮਨਾਓਗੇ ?

6. ਤੁਹਾਡੇ ਘਰ ਵਿੱਚ ਹੋਰ ਕਿਸ ਕਿਸ ਦਾ ਜਨਮ ਦਿਨ ਮਨਾਇਆ ਜਾਂਦਾ ਹੈ। ਇਸ ਬਾਰੇ ਕੁਝ ਦੱਸੋ।

7. ਆਪਣੇ ਕਿਸੇ ਮਿੱਤਰ/ਸਹੇਲੀ ਦੇ ਜਨਮ ਦਿਨ ਦੀ ਪਾਰਟੀ ਬਾਰੇ ਦੱਸੋ, ਜਿਸ 'ਤੇ ਤੁਸੀਂ ਗਏ ਸੀ।

8. ਤੁਹਾਡੇ ਘਰ ਵਿੱਚ ਕਿਹੜੇ ਕਿਹੜੇ ਤਿਉਹਾਰ ਮਨਾਏ ਜਾਂਦੇ ਹਨ ?

9. ਤੁਸੀਂ ਕਿਹੜਾ ਤਿਉਹਾਰ ਸਭ ਤੋਂ ਵੱਧ ਪਸੰਦ ਕਰਦੇ ਹੋ ਅਤੇ ਕਿਉਂ ?

10. ਤੁਹਾਡੇ ਸ਼ਹਿਰ ਵਿੱਚ ਵਿਸਾਖੀ ਦਾ ਤਿਉਹਾਰ ਕਿਸ ਤਰ੍ਹਾਂ ਮਨਾਇਆ ਜਾਂਦਾ ਹੈ ?

11. ਪੰਜਾਬੀ ਲੋਕ ਵਿਸਾਖੀ ਦਾ ਤਿਉਹਾਰ ਕਿਉਂ ਮਨਾਉਂਦੇ ਹਨ ?

12. ਵਿਸਾਖੀ ਵਾਲੇ ਦਿਨ ਗੁਰਦੁਆਰੇ ਦੇ ਸੀਨ ਬਾਰੇ ਕੁਝ ਦੱਸੋ।

13. ਨਗਰ ਕੀਰਤਨ ਬਾਰੇ ਤੁਹਾਡੇ ਕੀ ਵਿਚਾਰ ਹਨ ?

14. ਪਿਛਲੇ ਸਾਲ ਤੁਹਾਡੇ ਸ਼ਹਿਰ ਵਿੱਚ ਵਿਸਾਖੀ ਕਿਸ ਤਰ੍ਹਾਂ ਮਨਾਈ ਗਈ ਸੀ ? ਇਸ ਬਾਰੇ ਕੁਝ ਦੱਸੋ।

15. ਤੁਸੀਂ ਆਪਣੇ ਘਰ ਵਿੱਚ ਵਿਸਾਖੀ ਕਿਸ ਤਰ੍ਹਾਂ ਮਨਾਉਂਦੇ ਹੋ ?

16. ਦੀਵਾਲੀ ਦਾ ਤਿਉਹਾਰ ਹਿੰਦੂ ਅਤੇ ਸਿੱਖ ਦੋਨਾਂ ਧਰਮਾਂ ਦੇ ਲੋਕ ਮਨਾਉਂਦੇ ਹਨ ? ਇਹ ਕਿਉਂ ਹੈ ?

17. ਆਮ ਤੌਰ 'ਤੇ ਲੋਕ ਦੀਵਾਲੀ ਦਾ ਤਿਉਹਾਰ ਕਿਸ ਤਰ੍ਹਾਂ ਮਨਾਉਂਦੇ ਹਨ ?

18. ਦੀਵਾਲੀ ਇੱਕ ਖ਼ੁਸ਼ੀਆਂ ਭਰਿਆ ਤਿਉਹਾਰ ਹੈ, ਇਹ ਗੱਲ ਕਿੱਥੋਂ ਤਕ ਸਹੀ ਹੈ ?

19. ਪਿਛਲੇ ਸਾਲ ਤੁਸੀਂ ਦੀਵਾਲੀ ਦਾ ਤਿਉਹਾਰ ਕਿਸ ਤਰ੍ਹਾਂ ਮਨਾਇਆ ਸੀ ?

20. ਤੁਹਾਡਾ ਅਤੇ ਤੁਹਾਡੇ ਪਰਿਵਾਰ ਦਾ ਅਗਲੇ ਸਾਲ ਦੀਵਾਲੀ ਮਨਾਉਣ ਦਾ ਕੀ ਪ੍ਰੋਗਰਾਮ ਹੈ ?

21. ਲੋਹੜੀ ਦੇ ਤਿਉਹਾਰ ਬਾਰੇ ਕੁਝ ਦੱਸੋ ?

22. ਰੱਖੜੀ ਦੇ ਤਿਉਹਾਰ ਵਾਲੇ ਦਿਨ ਕੀ ਹੁੰਦਾ ਹੈ ? ਤੁਹਾਡੀ ਇਸ ਬਾਰੇ ਕੀ ਰਾਏ ਹੈ ?

23. ਅੱਜ ਕੱਲ੍ਹ ਕਈ ਪੰਜਾਬੀ ਪਰਿਵਾਰ ਕ੍ਰਿਸਮਿਸ ਦਾ ਤਿਉਹਾਰ ਵੀ ਮਨਾਉਂਦੇ ਹਨ। ਇਸ ਬਾਰੇ ਤੁਹਾਡੇ ਕੀ ਵਿਚਾਰ ਹਨ ?

24. ਕਈ ਲੋਕ ਤਿਉਹਾਰਾਂ ਵਾਲੇ ਦਿਨ ਆਪਣੇ ਘਰਾਂ ਵਿੱਚ ਪਾਰਟੀਆਂ ਵੀ ਕਰਦੇ ਹਨ। ਇਸ ਤਰ੍ਹਾਂ ਦੀ ਕਿਸੇ ਇੱਕ ਪਾਰਟੀ ਬਾਰੇ ਦੱਸੋ, ਜਿਸ ਵਿੱਚ ਤੁਸੀਂ ਸ਼ਾਮਲ ਹੋਏ ਸੀ ?

25. ਤੁਹਾਡੇ ਖ਼ਿਆਲ ਅਨੁਸਾਰ ਤਿਉਹਾਰ ਮਨਾਉਣੇ ਕਿਉਂ ਜ਼ਰੂਰੀ ਹਨ ?

26. ਤਿਉਹਾਰਾਂ ਨੂੰ ਹੋਰ ਚੰਗੀ ਤਰ੍ਹਾਂ ਮਨਾਉਣ ਲਈ ਤੁਸੀਂ ਕੀ ਸੁਝਾਅ ਦਿਓਗੇ ?

(b) Home, town, neighbourhood and region, where it is and what it is like

Under this heading the teacher can discuss with the whole class and students can discuss in groups sub-topics such as location, amenities, features of interest, types of housing in the area and advantages and disadvantages of the local area.

The following questions will help students to understand and provide information and opinions about home, town, neighbourhood and region.

1. ਤੁਸੀਂ ਕਿੱਥੇ ਰਹਿੰਦੇ ਹੋ ? ਆਪਣੇ ਘਰ ਦਾ ਪੂਰਾ ਪਤਾ ਦੱਸੋ।

2. ਤੁਹਾਡਾ ਘਰ ਕਿਸ ਤਰ੍ਹਾਂ ਦਾ ਹੈ ? ਇਸ ਬਾਰੇ ਕੁਝ ਦੱਸੋ।

3. ਇਸ ਘਰ ਵਿੱਚ ਆਉਣ ਤੋਂ ਪਹਿਲਾਂ ਤੁਸੀਂ ਕਿੱਥੇ ਰਹਿੰਦੇ ਸੀ ?

4. ਤੁਸੀਂ ਆਪਣਾ ਪੁਰਾਣਾ ਘਰ ਕਿਉਂ ਬਦਲਿਆ ਸੀ ?

5. ਤੁਸੀਂ ਆਪਣੇ ਘਰ ਬਾਰੇ ਕੀ ਪਸੰਦ ਕਰਦੇ ਹੋ ਅਤੇ ਕਿਉਂ ?

6. ਤੁਸੀਂ ਆਪਣੇ ਘਰ ਬਾਰੇ ਕੀ ਪਸੰਦ ਨਹੀਂ ਕਰਦੇ ਅਤੇ ਕਿਉਂ ?

7. ਤੁਹਾਡਾ ਘਰ ਕਿਸ ਸ਼ਹਿਰ ਵਿੱਚ ਹੈ ?

8. ਇਸ ਸ਼ਹਿਰ ਬਾਰੇ ਕੁਝ ਦੱਸੋ।

9. ਤੁਹਾਡੇ ਸ਼ਹਿਰ ਵਿੱਚ ਤੁਹਾਨੂੰ ਕੀ ਕੀ ਪਸੰਦ ਹੈ ਅਤੇ ਕਿਉਂ ?

10. ਤੁਸੀਂ ਆਪਣੇ ਸ਼ਹਿਰ ਬਾਰੇ ਕੀ ਪਸੰਦ ਨਹੀਂ ਕਰਦੇ ਅਤੇ ਕਿਉਂ ?

11. ਸੈਲਾਨੀਆਂ ਦੇ ਦੇਖਣ ਲਈ ਤੁਹਾਡੇ ਸ਼ਹਿਰ ਵਿੱਚ ਕੀ ਕੁਝ ਹੈ ?

12. ਆਪਣੇ ਸ਼ਹਿਰ ਨੂੰ ਹੋਰ ਆਕਰਸ਼ਕ ਬਣਾਉਣ ਲਈ ਤੁਸੀਂ ਕੌਂਸਲ ਨੂੰ ਕੀ ਸੁਝਾਅ ਦਿਓਗੇ ?

13. ਆਪਣੇ ਸ਼ਹਿਰ ਦੇ ਟਾਊਨ ਸੈਂਟਰ ਬਾਰੇ ਕੁਝ ਦੱਸੋ।

14. ਤੁਹਾਡੇ ਸ਼ਹਿਰ ਵਿੱਚ ਸਿਆਣੇ ਲੋਕਾਂ ਅਤੇ ਨੌਜਵਾਨਾਂ ਲਈ ਕੀ ਕੀ ਸਹੂਲਤਾਂ ਹਨ ?

15. ਤੁਹਾਡੇ ਇਹਨਾਂ ਸਹੂਲਤਾਂ ਬਾਰੇ ਕੀ ਵਿਚਾਰ ਹਨ ?

16. ਆਪਣੇ ਗੁਆਂਢੀਆਂ ਬਾਰੇ ਕੁਝ ਦੱਸੋ।

17. ਤੁਹਾਡੇ ਖ਼ਿਆਲ ਵਿੱਚ ਗੁਆਂਢੀ ਕਿਉਂ ਚੰਗੇ ਹੋਣੇ ਚਾਹੀਦੇ ਹਨ ?

18. ਮਾੜੇ ਗੁਆਂਢੀਆਂ ਦਾ ਕੀ ਨੁਕਸਾਨ ਹੈ ?

19. ਤੁਹਾਡੇ ਖ਼ਿਆਲ ਵਿੱਚ ਗੁਆਂਢੀਆਂ ਨਾਲ ਚੰਗਾ ਸਲੂਕ ਰੱਖਣ ਲਈ ਕੀ ਕਰਨਾ ਚਾਹੀਦਾ ਹੈ ?

20. ਆਪਣੇ ਇਲਾਕੇ ਬਾਰੇ ਕੁਝ ਦੱਸੋ।

21. ਤੁਹਾਡੇ ਇਲਾਕੇ ਵਿੱਚ ਕਿਸ ਕਿਸ ਤਰ੍ਹਾਂ ਦੇ ਘਰ ਹਨ ?

22. ਤੁਸੀਂ ਕਿਸ ਤਰ੍ਹਾਂ ਦੇ ਘਰ ਪਸੰਦ ਕਰਦੇ ਹੋ ਅਤੇ ਕਿਉਂ ?

23. ਤੁਹਾਡੇ ਇਲਾਕੇ ਵਿੱਚ ਰਹਿਣ ਦੇ ਕੀ ਫ਼ਾਇਦੇ ਹਨ ਅਤੇ ਕਿਉਂ ?

24. ਤੁਹਾਡੇ ਇਲਾਕੇ ਵਿੱਚ ਰਹਿਣ ਦੇ ਕੀ ਨੁਕਸਾਨ ਹਨ ਅਤੇ ਕਿਉਂ ?

25. ਤੁਹਾਡੇ ਇਲਾਕੇ ਵਿੱਚ ਸੈਲਾਨੀਆਂ ਦੇ ਦੇਖਣ ਲਈ ਕੀ ਕੁਝ ਹੈ ?

2. Environment

(a) Current problems facing the planet

Under this heading the following sub-topics can be discussed.

(i) global warming

(ii) overuse of energy

(iii) pollution

(iv) traffic congession

The following questions will help students to understand and provide information and opinions about global warming, overuse of energy, pollution and traffic congestion.

1. ਗਲੋਬਲ ਵਾਰਮਿੰਗ (global warming) ਦੇ ਕੀ ਅਰਥ ਹਨ ?
2. ਦੁਨੀਆਂ ਵਿੱਚ ਗਲੋਬਲ ਵਾਰਮਿੰਗ ਦੀ ਸਮੱਸਿਆ ਕਿਉਂ ਦਿਨੋ ਦਿਨ ਵੱਧ ਰਹੀ ਹੈ ?
3. ਗਲੋਬਲ ਵਾਰਮਿੰਗ ਦੇ ਵਧਣ ਨਾਲ ਕੀ ਕੀ ਖ਼ਤਰੇ ਹੋ ਸਕਦੇ ਹਨ ?
4. ਗਲੋਬਲ ਵਾਰਮਿੰਗ ਦੀ ਸਮੱਸਿਆ ਦੇ ਹੱਲ ਲਈ ਕੀ ਕੀ ਯਤਨ ਹੋ ਰਹੇ ਹਨ ?
5. ਤੁਸੀਂ ਗਲੋਬਲ ਵਾਰਮਿੰਗ ਦੀ ਸਮੱਸਿਆ ਦੇ ਹੱਲ ਲਈ ਕੀ ਸੁਝਾਅ ਦਿਓਗੇ ?
6. ਅੱਜ ਕੱਲ੍ਹ ਦੁਨੀਆਂ ਵਿੱਚ ਸ਼ਕਤੀ (ਬਿਜਲੀ, ਗੈਸ) ਦੀ ਵਧੇਰੇ ਵਰਤੋਂ ਹੋ ਰਹੀ ਹੈ। ਇਸ ਦਾ ਵਾਤਾਵਰਣ 'ਤੇ ਕੀ ਅਸਰ ਪੈ ਰਿਹਾ ਹੈ ?
7. ਜੇ ਸ਼ਕਤੀ (energy) ਦੀ ਵਰਤੋਂ ਇਸੇ ਰਫ਼ਤਾਰ ਨਾਲ ਜਾਰੀ ਰਹੀ ਤਾਂ ਸ਼ਕਤੀ ਦੇ ਸੋਮਿਆਂ (ਤੇਲ, ਕੋਲਾ, ਗੈਸ) 'ਤੇ ਕੀ ਅਸਰ ਪੈਣ ਦਾ ਡਰ ਹੈ ਅਤੇ ਕਿਉਂ ?
8. ਤੁਹਾਡੇ ਖ਼ਿਆਲ ਅਨੁਸਾਰ ਸ਼ਕਤੀ ਦੀ ਵਰਤੋਂ ਕਿਉਂ ਘੱਟ ਕਰਨੀ ਚਾਹੀਦੀ ਹੈ ?
9. ਤੁਸੀਂ ਸ਼ਕਤੀ ਦੀ ਵਰਤੋਂ ਨੂੰ ਘੱਟ ਕਰਨ ਲਈ ਕੀ ਸੁਝਾਅ ਦਿਓਗੇ ?
10. ਪ੍ਰਦੂਸ਼ਨ (pollution) ਦੇ ਕੀ ਅਰਥ ਹਨ ?
11. ਪ੍ਰਦੂਸ਼ਨ ਵਧਣ ਦੇ ਕੀ ਕਾਰਨ ਹਨ ?
12. ਤੁਹਾਡੇ ਖ਼ਿਆਲ ਅਨੁਸਾਰ ਪ੍ਰਦੂਸ਼ਨ ਦੀਆਂ ਕਿੰਨੀਆਂ ਕਿਸਮਾਂ ਹਨ ? ਇਹਨਾਂ ਬਾਰੇ ਕੁਝ ਦੱਸੋ।
13. ਪ੍ਰਦੂਸ਼ਨ ਦੇ ਕੀ ਨੁਕਸਾਨ ਹਨ ?

14. ਪ੍ਰਦੂਸ਼ਨ ਦਾ ਲੋਕਾਂ ਦੀ ਸਿਹਤ 'ਤੇ ਕੀ ਅਸਰ ਪੈ ਰਿਹਾ ਹੈ ?

15. ਪ੍ਰਦੂਸ਼ਨ ਦਾ ਆਮ ਵਾਤਾਵਰਣ 'ਤੇ ਕੀ ਅਸਰ ਪੈ ਰਿਹਾ ਹੈ ?

16. ਵਾਤਾਵਰਣ ਨੂੰ ਪ੍ਰਦੂਸ਼ਨ ਰਹਿਤ ਬਣਾਉਣ ਲਈ ਹੁਣ ਤਕ ਕੀ ਕੀ ਯਤਨ ਹੋ ਚੁੱਕੇ ਹਨ ?

17. ਇੰਡੀਆ ਵਿੱਚ ਪ੍ਰਦੂਸ਼ਨ ਕਿਉਂ ਵੱਧ ਹੈ ?

18. ਪਿਛਲੇ ਕੁਝ ਸਾਲਾਂ ਵਿੱਚ ਤੁਸੀਂ ਜਾਂ ਤੁਹਾਡੇ ਪਰਿਵਾਰ ਨੇ ਪ੍ਰਦੂਸ਼ਨ ਘਟਾਉਣ ਬਾਰੇ ਜੋ ਕੁਝ ਕੀਤਾ ਸੀ, ਉਸ ਬਾਰੇ ਦੱਸੋ।

19. ਤੁਸੀਂ ਪ੍ਰਦੂਸ਼ਨ ਘਟਾਉਣ ਲਈ ਕੀ ਸਲਾਹ ਦਿਓਗੇ ?

20. ਸੜਕਾਂ 'ਤੇ ਦਿਨੋ ਦਿਨ ਭੀੜ-ਭੜੱਕਾ ਵੱਧ ਰਿਹਾ ਹੈ। ਤੁਹਾਡੇ ਖ਼ਿਆਲ ਅਨੁਸਾਰ ਇਸ ਦੇ ਕੀ ਕਾਰਨ ਹਨ ?

21. ਆਮ ਤੌਰ 'ਤੇ ਸੜਕਾਂ 'ਤੇ ਕਦੋਂ ਵੱਧ ਭੀੜ ਹੁੰਦੀ ਹੈ ਅਤੇ ਇਹ ਭੀੜ ਇਸ ਟਾਈਮ 'ਤੇ ਕਿਉਂ ਹੁੰਦੀ ਹੈ ?

22. ਕਿਸੇ ਐਸੇ ਸੀਨ ਬਾਰੇ ਦੱਸੋ, ਜਦੋਂ ਤੁਸੀਂ ਟ੍ਰੈਫ਼ਿਕ ਭੀੜ (traffic jam) ਵਿੱਚ ਫਸ ਗਏ ਸੀ ?

23. ਸੜਕਾਂ 'ਤੇ ਟ੍ਰੈਫ਼ਿਕ ਭੀੜ ਤੋਂ ਬਚਣ ਲਈ ਤੁਸੀਂ ਲੋਕਾਂ ਨੂੰ ਕੀ ਸਲਾਹ ਦਿਓਗੇ ?

24. ਤੁਹਾਡੇ ਖ਼ਿਆਲ ਅਨੁਸਾਰ ਟ੍ਰੈਫ਼ਿਕ ਭੀੜ ਦੇ ਹੱਲ ਲਈ ਕੀ ਕਰਨਾ ਚਾਹੀਦਾ ਹੈ ਅਤੇ ਕਿਉਂ ?

(b) Being environmentally friendly within the home and local area

Under this heading the following sub-topics can be discussed :

(i) Environmentally friendly activities around the house such as recycling, saving energy.

(ii) Environmental projects in the local area.

The following questions will help students to understand and provide information and opinions about environmentally friendly activities around the house and environmental projects in the local area.

1. ਤੁਸੀਂ ਆਪਣੇ ਘਰ ਨੂੰ ਸਾਫ਼ ਸੁਥਰਾ ਰੱਖਣ ਲਈ ਕੀ ਕਰਦੇ ਹੋ ?

2. ਤੁਸੀਂ ਆਪਣੇ ਘਰ ਦਾ ਕੂੜਾ ਕਰਕਟ ਕਿਸ ਤਰ੍ਹਾਂ ਅਤੇ ਕਿਉਂ ਵੱਖਰਿਆਂ ਵੱਖਰਿਆਂ ਬਿੰਨਾਂ ਵਿੱਚ ਪਾਉਂਦੇ ਹੋ ?

3. ਕਈ ਲੋਕ ਆਪਣੇ ਘਰਾਂ ਵਿੱਚ ਲੋੜ ਤੋਂ ਵੱਧ ਬਿਜਲੀ, ਗੈਸ ਅਤੇ ਪਾਣੀ ਦੀ ਵਰਤੋਂ ਕਰਦੇ ਹਨ। ਇਸ ਦੇ ਕੀ ਨੁਕਸਾਨ ਹਨ ?

4. ਤੁਸੀਂ ਇਹਨਾਂ ਲੋਕਾਂ ਨੂੰ ਕੀ ਸਲਾਹ ਦਿਓਗੇ ?

5. ਤੁਸੀਂ ਆਪਣੇ ਘਰ ਦੀ ਬਿਜਲੀ, ਪਾਣੀ ਅਤੇ ਗੈਸ ਦਾ ਬਿੱਲ ਕਿਸ ਤਰ੍ਹਾਂ ਘਟਾ ਸਕਦੇ ਹੋ ?

6. ਕਈ ਪਰਿਵਾਰਾਂ ਕੋਲ ਲੋੜ ਤੋਂ ਵੱਧ ਕਾਰਾਂ ਹੁੰਦੀਆਂ ਹਨ ਅਤੇ ਕਈ ਵਾਰੀ ਕਾਰਾਂ ਵੀ ਬਹੁਤ ਵੱਡੀਆਂ ਹੁੰਦੀਆਂ ਹਨ। ਤੁਹਾਡੇ ਇਸ ਬਾਰੇ ਕੀ ਵਿਚਾਰ ਹਨ ?

7. ਜ਼ਿਆਦਾਤਰ ਘਰਾਂ ਵਿੱਚ ਕਿਹੜੀਆਂ ਕ੍ਰਿਆਵਾਂ ਕਰਕੇ ਪ੍ਰਦੂਸ਼ਨ ਵਿੱਚ ਵਾਧਾ ਹੁੰਦਾ ਹੈ ਅਤੇ ਤੁਸੀਂ ਇਸ ਵੱਧ ਰਹੇ ਪ੍ਰਦੂਸ਼ਨ ਨੂੰ ਘਟਾਉਣ ਲਈ ਕੀ ਸਲਾਹ ਦਿਓਗੇ ?

8. ਕੁਝ ਐਸੀਆਂ ਗੱਲਾਂ ਦੱਸੋ, ਜਿਹਨਾਂ ਕਰਕੇ ਤੁਹਾਡੇ ਘਰ ਵਿੱਚ ਪ੍ਰਦੂਸ਼ਨ ਦੀ ਮਾਤਰਾ ਘਟੀ ਸੀ।

9. ਕਾਰਾਂ ਦੀ ਬਜਾਏ ਬੱਸਾਂ ਅਤੇ ਗੱਡੀਆਂ ਵਿੱਚ ਸਫ਼ਰ ਕਰਨ ਬਾਰੇ ਤੁਹਾਡੇ ਕੀ ਵਿਚਾਰ ਹਨ ?

10. ਤੁਹਾਡੇ ਲੋਕਲ ਏਰੀਏ ਵਿੱਚ ਪ੍ਰਦੂਸ਼ਨ ਦੀਆਂ ਕਿਹੜੀਆਂ ਸਮੱਸਿਆਵਾਂ ਹਨ ਅਤੇ ਇਹਨਾਂ ਨੂੰ ਦੂਰ ਕਰਨ ਲਈ ਕੀ ਯਤਨ ਹੋ ਰਹੇ ਹਨ ?

11. ਕੀ ਤੁਹਾਡੇ ਏਰੀਏ ਵਿੱਚ ਪ੍ਰਦੂਸ਼ਨ ਘਟਾਉਣ ਲਈ ਕੋਈ ਪ੍ਰੋਜੈਕਟ ਚੱਲ ਰਹੇ ਹਨ ? ਇਹਨਾਂ ਪ੍ਰੋਜੈਕਟਾਂ ਬਾਰੇ ਕੁਝ ਦੱਸੋ।

12. ਤੁਹਾਡੇ ਏਰੀਏ ਵਿੱਚ ਆਮ ਲੋਕਾਂ ਨੇ ਪਿਛਲੇ ਕੁਝ ਸਾਲਾਂ ਵਿੱਚ ਪ੍ਰਦੂਸ਼ਨ ਘਟਾਉਣ ਦੇ ਕੀ ਯਤਨ ਕੀਤੇ ਸਨ ਅਤੇ ਇਹਨਾਂ ਯਤਨਾਂ ਦਾ ਇਲਾਕੇ 'ਤੇ ਕੀ ਅਸਰ ਪਿਆ ਸੀ ?

13. ਆਪਣੇ ਸ਼ਹਿਰ ਦੀ ਕੌਂਸਲ ਨੂੰ ਆਪਣੇ ਏਰੀਏ ਵਿੱਚ ਪ੍ਰਦੂਸ਼ਨ ਘਟਾਉਣ ਲਈ ਕੀ ਸਲਾਹ ਦਿਓਗੇ ?

CHAPTER 5

Work and Education

Students should be able to understand and provide information and opinions about the contexts relating to their work and education and that of other people.

1. School/College and Future Plans

The teacher can discuss school/college and future plans in the class and students can discuss in groups. Under this heading the following sub-topics can be discussed.

(a) What School/College is like

(b) Pressures and problems

(a) What school/college is like

The discussion on the following questions will help students to understand and provide information and opinions about what school/college is like.

1. ਤੁਹਾਡੇ ਸਕੂਲ/ਕਾਲਜ ਦਾ ਕੀ ਨਾਂ ਹੈ ਅਤੇ ਇਸ ਦਾ ਕੀ ਸਾਈਜ਼ ਹੈ ?

2. ਤੁਹਾਡਾ ਸਕੂਲ/ਕਾਲਜ ਕਿਸ ਤਰ੍ਹਾਂ ਦਾ ਹੈ ?

3. ਇਸ ਦਾ ਪੂਰਾ ਐਡਰੈਸ ਕੀ ਹੈ ਅਤੇ ਇਹ ਕਿਸ ਇਲਾਕੇ ਵਿੱਚ ਹੈ ?

4. ਤੁਹਾਡੇ ਸਕੂਲ/ਕਾਲਜ ਦਾ ਰੁਟੀਨ ਕੀ ਹੈ ?

5. ਤੁਸੀਂ ਸਕੂਲ/ਕਾਲਜ ਨੂੰ ਕਿਸ ਤਰ੍ਹਾਂ ਜਾਂਦੇ ਹੋ ਅਤੇ ਕਿਸ ਤਰ੍ਹਾਂ ਵਾਪਸ ਆਉਂਦੇ ਹੋ ?

6. ਸਕੂਲ/ਕਾਲਜ ਟਾਈਮ ਤੋਂ ਬਾਅਦ ਹੋਣ ਵਾਲੀਆਂ ਕ੍ਰਿਆਵਾਂ (extra-curricular activities) ਬਾਰੇ ਕੁਝ ਦੱਸੋ।

7. ਤੁਸੀਂ ਇਹਨਾਂ ਕ੍ਰਿਆਵਾਂ ਵਿੱਚ ਕੀ ਬਦਲਣਾ ਚਾਹੋਗੇ ਅਤੇ ਕਿਉਂ ?

8. ਤੁਸੀਂ ਸਕੂਲ/ਕਾਲਜ ਵਿੱਚ ਕਿਹੜੇ ਕਿਹੜੇ ਵਿਸ਼ੇ ਪੜ੍ਹਦੇ ਹੋ ਅਤੇ ਤੁਹਾਨੂੰ ਕਿਹੜਾ ਵਿਸ਼ਾ ਸਭ ਤੋਂ ਵੱਧ ਪਸੰਦ ਹੈ ਅਤੇ ਕਿਉਂ ?

9. ਆਪਣੇ ਸਕੂਲ/ਕਾਲਜ ਦੇ ਟਾਈਮ ਟੇਬਲ ਬਾਰੇ ਕੁਝ ਦੱਸੋ।

10. ਆਪਣੇ ਸਕੂਲ/ਕਾਲਜ ਦੀਆਂ ਛੁੱਟੀਆਂ ਬਾਰੇ ਕੁਝ ਦੱਸੋ।

11. ਤੁਹਾਡੇ ਸਕੂਲ/ਕਾਲਜ ਦੀ ਪੜ੍ਹਾਈ ਕਿਸ ਤਰ੍ਹਾਂ ਦੀ ਹੈ? ਇਸ ਬਾਰੇ ਕੁਝ ਦੱਸੋ।

12. ਆਪਣੇ ਸਕੂਲ/ਕਾਲਜ ਦੀ ਪੜ੍ਹਾਈ ਨੂੰ ਹੋਰ ਚੰਗਾ ਬਣਾਉਣ ਲਈ ਤੁਸੀਂ ਕੀ ਸਲਾਹ ਦਿਓਗੇ ?

13. ਸਕੂਲਾਂ ਵਿੱਚ ਕੰਮਾਂ ਸੰਬੰਧੀ ਵਿਦਿਆ ਦੇਣ ਬਾਰੇ ਤੁਹਾਡੇ ਕੀ ਵਿਚਾਰ ਹਨ ?

14. ਤੁਹਾਡੇ ਸਕੂਲ/ਕਾਲਜ ਵਿੱਚ ਪੜ੍ਹਾਈ ਤੋਂ ਛੁੱਟ ਵਿਦਿਆਰਥੀਆਂ ਲਈ ਹੋਰ ਕੀ ਕੀ ਸਹੂਲਤਾਂ ਹਨ ?

15. ਤੁਹਾਡੇ ਆਪਣੇ ਸਕੂਲ/ਕਾਲਜ ਦੀ ਵਰਦੀ ਬਾਰੇ ਕੀ ਵਿਚਾਰ ਹਨ ?

16. ਇਸ ਸਕੂਲ ਦੀ ਵਰਦੀ ਤੁਹਾਡੇ ਪੁਰਾਣੇ ਸਕੂਲ ਦੀ ਵਰਦੀ ਨਾਲੋਂ ਕਿਵੇਂ ਵੱਖਰੀ ਜਾਂ ਮਿਲਦੀ-ਜੁਲਦੀ ਹੈ ?

17. ਤੁਸੀਂ ਸਕੂਲ ਦੀ ਵਰਦੀ ਵਿੱਚ ਕੀ ਬਦਲਣਾ ਚਾਹੋਗੇ ਅਤੇ ਕਿਉਂ ?

18. ਆਪਣੇ ਸਕੂਲ/ਕਾਲਜ ਦੇ ਅਧਿਆਪਕਾਂ ਬਾਰੇ ਕੁਝ ਦੱਸੋ।

19. ਆਪਣੇ ਸਕੂਲ/ਕਾਲਜ ਦੇ ਅਧਿਆਪਕਾਂ ਦੇ ਪੜ੍ਹਾਉਣ ਦੇ ਵੱਖ ਵੱਖ ਢੰਗਾਂ ਬਾਰੇ ਕੁਝ ਦੱਸੋ ?

20. ਤੁਹਾਨੂੰ ਕਿਹੜੇ ਅਧਿਆਪਕ ਦੇ ਪੜ੍ਹਾਉਣ ਦਾ ਢੰਗ ਸਭ ਤੋਂ ਵੱਧ ਪਸੰਦ ਹੈ ਅਤੇ ਕਿਉਂ ?

21. ਤੁਸੀਂ ਜੀ.ਸੀ.ਐੱਸ.ਈ. ਕਰਨ ਤੋਂ ਬਾਅਦ ਕੀ ਕਰੋਗੇ ਅਤੇ ਕਿਉਂ ?

22. ਸਕੂਲ ਛੱਡਣ ਤੋਂ ਬਾਅਦ ਅੱਗੇ ਪੜ੍ਹਾਈ ਕਰਨ ਬਾਰੇ ਤੁਹਾਡੇ ਕੀ ਵਿਚਾਰ ਹਨ ?

23. ਪੜ੍ਹਾਈ ਖ਼ਤਮ ਕਰਨ ਤੋਂ ਬਾਅਦ ਤੁਸੀਂ ਕਿਸ ਤਰ੍ਹਾਂ ਦੀ ਨੌਕਰੀ ਕਰਨੀ ਪਸੰਦ ਕਰੋਗੇ ਅਤੇ ਕਿਉਂ ?

24. ਆਪਣੇ ਮਨਪਸੰਦ ਦੀ ਨੌਕਰੀ ਲੈਣ ਲਈ ਤੁਸੀਂ ਕਿਸ ਤਰ੍ਹਾਂ ਦੀ ਪੜ੍ਹਾਈ ਕਰੋਗੇ ?

(b) Pressures and problems

The discussion on the following questions will help students to understand and provide information and opinions about pressures and problems.

1. ਆਪਣੇ ਸਕੂਲ ਦੇ ਨਿਯਮਾਂ (school rules) ਬਾਰੇ ਕੁਝ ਦੱਸੋ।
2. ਕੀ ਤੁਹਾਡੇ ਸਕੂਲ ਦੇ ਕੁਝ ਐਸੇ ਨਿਯਮ ਵੀ ਹਨ ਜਿਹੜੇ ਬਹੁਤ ਸਖ਼ਤ ਹਨ ਅਤੇ ਵਿਦਿਆਰਥੀ ਇਹਨਾਂ ਦੇ ਦਬਾਅ ਹੇਠ ਰਹਿੰਦੇ ਹਨ। ਇਹਨਾਂ ਨਿਯਮਾਂ ਬਾਰੇ ਕੁਝ ਦੱਸੋ।
3. ਕਈ ਬੱਚੇ ਆਪਣੀ ਪੜ੍ਹਾਈ ਵਿੱਚ ਕਮਜ਼ੋਰ ਹੋਣ ਕਰਕੇ ਸਕੂਲ ਦਾ ਕੰਮ ਅਤੇ ਘਰ ਦਾ ਕੰਮ ਚੰਗੀ ਤਰ੍ਹਾਂ ਨਹੀਂ ਕਰ ਸਕਦੇ ਅਤੇ ਹਰ ਵੇਲੇ ਦਬਾਅ ਥੱਲੇ ਰਹਿੰਦੇ ਹਨ। ਇਸ ਬਾਰੇ ਤੁਹਾਡੇ ਕੀ ਵਿਚਾਰ ਹਨ ?
4. ਸਕੂਲਾਂ ਵਿੱਚ ਕਈ ਬੱਚੇ ਇਮਤਿਹਾਨਾਂ ਦੇ ਦਬਾਅ ਥੱਲੇ ਰਹਿੰਦੇ ਹਨ ਕਿਉਂਕਿ ਉਹਨਾਂ ਦੇ ਮਾਪੇ ਉਹਨਾਂ ਤੋਂ ਉੱਚੇ ਗ੍ਰੇਡਾਂ ਦੀ ਆਸ ਰੱਖਦੇ ਹਨ। ਬੱਚਿਆਂ 'ਤੇ ਇਸ ਦਬਾਅ ਨੂੰ ਘਟਾਉਣ ਲਈ ਤੁਸੀਂ ਕੀ ਸਲਾਹ ਦਿਓਗੇ ?
5. ਕੀ ਤੁਸੀਂ ਵੀ ਆਪਣੇ ਇਮਤਿਹਾਨਾਂ ਦੇ ਨਤੀਜਿਆਂ ਦਾ ਫ਼ਿਕਰ ਕਰ ਰਹੇ ਹੋ ? ਇਸ ਫ਼ਿਕਰ ਨੂੰ ਦੂਰ ਕਰਨ ਲਈ ਤੁਸੀਂ ਕਿਸ ਤਰ੍ਹਾਂ ਦੀ ਸਹਾਇਤਾ ਚਾਹੁੰਦੇ ਹੋ ?
6. ਸਕੂਲਾਂ ਵਿੱਚ ਕਈ ਬੱਚੇ ਬੁਲੀਇੰਗ ਦੇ ਸ਼ਿਕਾਰ ਹੋ ਜਾਂਦੇ ਹਨ ਅਤੇ ਹਰ ਵੇਲੇ ਡਰਦੇ ਰਹਿੰਦੇ ਹਨ। ਇਸ ਸਮੱਸਿਆ ਦੇ ਹੱਲ ਲਈ ਮੁਖ ਅਧਿਆਪਕ ਅਤੇ ਬਾਕੀ ਸਟਾਫ਼ ਨੂੰ ਕੀ ਕਰਨਾ ਚਾਹੀਦਾ ਹੈ ?
7. ਕੀ ਤੁਹਾਡੇ ਸਕੂਲ ਵਿੱਚ ਬੁਲੀਇੰਗ ਨੂੰ ਰੋਕਣ ਦੇ ਕੋਈ ਰੂਲ ਹਨ ? ਇਹਨਾਂ ਨਿਯਮਾਂ ਬਾਰੇ ਦੱਸੋ।
8. ਕਿਸੇ ਇੱਕ ਬੁਲੀਇੰਗ ਦੀ ਘਟਨਾ ਬਾਰੇ ਦੱਸੋ, ਜੋ ਤੁਹਾਡੇ ਸਕੂਲ ਵਿੱਚ ਪਿਛਲੇ ਕੁਝ ਸਾਲਾਂ ਵਿੱਚ ਵਾਪਰੀ ਹੋਵੇ।
9. ਅੱਜ ਕੱਲ੍ਹ ਸਕੂਲਾਂ ਵਿੱਚ ਨਵੀਂ ਟੈਕਨੋਲੋਜੀ ਕਾਰਨ ਸਾਈਬਰ ਬੁਲੀਇੰਗ ਦੀ ਸਮੱਸਿਆ ਵੀ ਸ਼ੁਰੂ ਹੋ ਗਈ ਹੈ। ਤੁਸੀਂ ਸਾਈਬਰ ਬੁਲੀਇੰਗ ਨੂੰ ਰੋਕਣ ਲਈ ਕੀ ਸਲਾਹ ਦਿਓਗੇ ?

2. Current and Future Jobs

(a) Looking for and getting a Job

The discussion on the following questions will help students to understand and provide information and opinions about looking for and getting a job.

(i) Weekend jobs (part-time) and work experience

1. ਤੁਸੀਂ ਕਿਸ ਤਰ੍ਹਾਂ ਦੀ ਨੌਕਰੀ ਲੱਭ ਰਹੇ ਹੋ ?
2. ਇਹ ਨੌਕਰੀ ਤੁਸੀਂ ਕਿਉਂ ਕਰਨੀ ਚਾਹੁੰਦੇ ਹੋ ?
3. ਪਾਰਟ ਟਾਈਮ ਨੌਕਰੀ ਕਰਨ ਬਾਰੇ ਤੁਹਾਡੇ ਕੀ ਵਿਚਾਰ ਹਨ ?
4. ਪਾਰਟ ਟਾਈਮ ਨੌਕਰੀ ਲੱਭਣ ਲਈ ਤੁਹਾਨੂੰ ਕੀ ਕਰਨਾ ਪਵੇਗਾ ?
5. ਕੀ ਤੁਸੀਂ ਕਦੇ ਸਨਿੱਚਰਵਾਰ ਐਤਵਾਰ ਨੂੰ ਪਾਰਟ ਟਾਈਮ ਕੰਮ ਕੀਤਾ ਸੀ ?
6. ਆਪਣੇ ਪਾਰਟ ਟਾਈਮ ਕੰਮ ਬਾਰੇ ਦੱਸੋ।
7. ਤੁਸੀਂ ਆਪਣੇ ਪਾਰਟ ਟਾਈਮ ਕੰਮ ਬਾਰੇ ਕੀ ਪਸੰਦ ਕੀਤਾ ਅਤੇ ਕਿਉਂ ?
8. ਤੁਸੀਂ ਆਪਣੇ ਪਾਰਟ ਟਾਈਮ ਕੰਮ ਬਾਰੇ ਕੀ ਪਸੰਦ ਨਹੀਂ ਕੀਤਾ ਅਤੇ ਕਿਉਂ ?
9. ਅੱਜ ਕੱਲ੍ਹ ਬਹੁਤੇ ਵਿਦਿਆਰਥੀ ਪੜ੍ਹਾਈ ਕਰਨ ਦੇ ਨਾਲ ਨਾਲ ਪਾਰਟ ਟਾਈਮ ਕੰਮ ਕਰਨਾ ਚੰਗਾ ਸਮਝਦੇ ਹਨ ? ਤੁਹਾਡੀ ਇਸ ਬਾਰੇ ਕੀ ਰਾਏ ਹੈ ?
10. ਪਾਰਟ ਟਾਈਮ ਕੰਮ ਕਰਨ ਦੇ ਕੀ ਫ਼ਾਇਦੇ ਅਤੇ ਕੀ ਨੁਕਸਾਨ ਹਨ ?
11. ਕੀ ਤੁਹਾਨੂੰ ਸਕੂਲ ਵਲੋਂ ਕਿਸੇ ਕੰਮ ਦੇ ਤਜਰਬੇ ਲਈ ਵੀ ਭੇਜਿਆ ਸੀ ?
12. ਤੁਸੀਂ ਕੰਮ ਦਾ ਤਜਰਬਾ ਕਿੱਥੇ ਅਤੇ ਕਦੋਂ ਕੀਤਾ ਸੀ ?
13. ਤੁਹਾਨੂੰ ਆਪਣੇ ਕੰਮ ਦੇ ਤਜਰਬੇ ਵਿੱਚ ਕੀ ਚੰਗਾ ਲੱਗਿਆ ਅਤੇ ਕੀ ਚੰਗਾ ਨਹੀਂ ਲੱਗਿਆ ਅਤੇ ਕਿਉਂ ?
14. ਤੁਹਾਡੇ ਖ਼ਿਆਲ ਵਿੱਚ ਕੰਮ ਦੇ ਤਜਰਬੇ ਦੇ ਕੀ ਫ਼ਾਇਦੇ ਅਤੇ ਕੀ ਨੁਕਸਾਨ ਹਨ ?
15. ਤੁਹਾਡੇ ਖ਼ਿਆਲ ਵਿੱਚ ਕੰਮ ਦਾ ਤਜਰਬਾ ਨੌਕਰੀ ਲੈਣ ਲਈ ਕਿਸ ਤਰ੍ਹਾਂ ਲਾਭਦਾਇਕ ਸਾਬਤ ਹੋ ਸਕਦਾ ਹੈ ?

(ii) Information about the availability of work

16. ਤੁਹਾਡੇ ਪਾਰਟ ਟਾਈਮ ਕੰਮ ਬਾਰੇ ਤੁਹਾਨੂੰ ਕਿਸ ਨੇ ਅਤੇ ਕਿਸ ਤਰ੍ਹਾਂ ਦੱਸਿਆ ਸੀ ?

17. ਪਾਰਟ ਟਾਈਮ ਕੰਮਾਂ ਬਾਰੇ ਜਾਣਕਾਰੀ ਕਿਹੜੇ ਕਿਹੜੇ ਢੰਗਾਂ ਨਾਲ ਲਈ ਜਾ ਸਕਦੀ ਹੈ ?

18. ਤੁਹਾਨੂੰ ਇਹਨਾਂ ਜਾਣਕਾਰੀ ਲੈਣ ਦੇ ਢੰਗਾਂ ਵਿੱਚੋਂ ਕਿਹੜਾ ਢੰਗ ਸਭ ਤੋਂ ਵੱਧ ਚੰਗਾ ਲੱਗਦਾ ਹੈ ਅਤੇ ਕਿਉਂ ?

19. ਤੁਸੀਂ ਆਪਣੇ ਸਕੂਲ ਵਲੋਂ ਕੰਮ ਦੇ ਤਜਰਬੇ ਲਈ ਕਿਸ ਤਰ੍ਹਾਂ ਕੰਮ ਲੱਭਿਆ ਸੀ ?

20. ਤੁਹਾਡੇ ਖ਼ਿਆਲ ਵਿੱਚ ਪਾਰਟ ਟਾਈਮ ਕੰਮਾਂ ਬਾਰੇ ਜਾਣਕਾਰੀ ਪ੍ਰਾਪਤ ਕਰਨ ਲਈ ਕਿਹੜੀਆਂ ਕਿਹੜੀਆਂ ਮੁਸ਼ਕਲਾਂ ਆਉਂਦੀਆਂ ਹਨ ?

(iii) Work routine

21. ਤੁਸੀਂ ਕੰਮ ਕਦੋਂ ਸ਼ੁਰੂ ਕਰਦੇ ਸੀ ਅਤੇ ਕਦੋਂ ਖ਼ਤਮ ਕਰਦੇ ਸੀ ?

22. ਤੁਸੀਂ ਕੰਮ 'ਤੇ ਕਿਸ ਤਰ੍ਹਾਂ ਜਾਂਦੇ ਸੀ ਅਤੇ ਕਿਸ ਤਰ੍ਹਾਂ ਕੰਮ ਤੋਂ ਵਾਪਸ ਆਉਂਦੇ ਸੀ ?

23. ਕੰਮ 'ਤੇ ਜਾਣ ਆਉਣ ਵਿੱਚ ਤੁਹਾਨੂੰ ਕਿੰਨਾ ਸਮਾਂ ਲੱਗਦਾ ਸੀ ?

24. ਕੰਮ 'ਤੇ ਜਾਣ ਆਉਣ ਵਿੱਚ ਤੁਹਾਨੂੰ ਕੀ ਕੀ ਮੁਸ਼ਕਲਾਂ ਆਉਂਦੀਆਂ ਸਨ ਅਤੇ ਇਹਨਾਂ ਦੇ ਹੱਲ ਲਈ ਤੁਸੀਂ ਕੀ ਸੁਝਾਅ ਦਿਓਗੇ ?

(iv) Communication within the workplace

25. ਆਮ ਤੌਰ 'ਤੇ ਕੰਮਾਂ-ਕਾਰਾਂ ਦੀਆਂ ਥਾਵਾਂ 'ਤੇ ਕੰਮ ਕਰਨ ਵਾਲੇ ਇੱਕ ਦੂਜੇ ਨਾਲ ਕਿਹੜੇ ਕਿਹੜੇ ਢੰਗਾਂ ਨਾਲ ਗੱਲਬਾਤ ਕਰਦੇ ਹਨ ?

26. ਗੱਲਬਾਤ ਕਰਨ ਲਈ ਸਭ ਤੋਂ ਸੌਖਾ ਅਤੇ ਸਭ ਤੋਂ ਵੱਧ ਕਿਹੜਾ ਢੰਗ ਵਰਤਿਆ ਜਾਂਦਾ ਹੈ ਅਤੇ ਕਿਉਂ ?

27. ਅੱਜ ਕੱਲ੍ਹ ਗੱਲਬਾਤ ਕਰਨ ਲਈ ਚਿੱਠੀਆਂ ਦੀ ਵਰਤੋਂ ਕਿਉਂ ਘੱਟ ਕੀਤੀ ਜਾਂਦੀ ਹੈ ?

28. ਗੱਲਬਾਤ ਲਈ ਇੰਟਰਨੈੱਟ ਦੀ ਵਰਤੋਂ ਦੇ ਕੀ ਲਾਭ ਹਨ ?

29. ਤੁਸੀਂ ਆਪਣੇ ਕੰਮ ਦੇ ਤਜਰਬੇ ਵਿੱਚ ਅਤੇ ਪਾਰਟ ਟਾਈਮ ਕੰਮ ਵਿੱਚ ਕਿਸ ਤਰੀਕੇ ਦੀ ਵੱਧ ਵਰਤੋਂ ਕੀਤੀ ਸੀ ਅਤੇ ਕਿਉਂ ?

(b) Advantages and disadvantages of different Jobs

The discussion on the following questions will help students to understand and provide information and opinions about advantages and disadvantages of different jobs.

1. ਆਪਣੀ ਪੜ੍ਹਾਈ ਖ਼ਤਮ ਕਰਨ ਤੋਂ ਬਾਅਦ ਤੁਸੀਂ ਕਿਸ ਤਰ੍ਹਾਂ ਦੀ ਨੌਕਰੀ ਕਰਨੀ ਚਾਹੋਗੇ ਅਤੇ ਕਿਉਂ ?
2. ਵੱਡੇ ਹੋ ਕੇ ਜਿਸ ਤਰ੍ਹਾਂ ਦੀ ਤੁਸੀਂ ਨੌਕਰੀ ਕਰਨੀ ਚਾਹੁੰਦੇ ਹੋ, ਉਸ ਲਈ ਕਿਸ ਤਰ੍ਹਾਂ ਦੀ ਪੜ੍ਹਾਈ ਕਰਨੀ ਪਵੇਗੀ ?
3. ਆਪਣੀ ਮਨਪਸੰਦ ਨੌਕਰੀ ਲੈਣ ਲਈ ਤੁਸੀਂ ਕੀ ਕੀ ਯਤਨ ਕਰੋਗੇ ?
4. ਜੇ ਤੁਹਾਨੂੰ ਆਪਣੀ ਮਨਪਸੰਦ ਦੀ ਨੌਕਰੀ ਨਾ ਮਿਲੀ ਤਾਂ ਤੁਸੀਂ ਕਿਸ ਤਰ੍ਹਾਂ ਦੀ ਨੌਕਰੀ ਕਰਨ ਲਈ ਤਿਆਰ ਹੋਵੋਗੇ ਅਤੇ ਕਿਉਂ ?
5. ਤੁਹਾਡੇ ਖ਼ਿਆਲ ਅਨੁਸਾਰ ਅੱਜ ਕੱਲ੍ਹ ਆਪਣੀ ਯੋਗਤਾ ਅਨੁਸਾਰ ਨੌਕਰੀਆਂ ਨਾ ਮਿਲਣ ਦੇ ਕੀ ਕਾਰਨ ਹਨ ?
6. ਤੁਹਾਡੇ ਖ਼ਿਆਲ ਅਨੁਸਾਰ ਸਿਸਟਮ ਵਿੱਚ ਕੀ ਪਰਿਵਰਤਨ ਹੋਣਾ ਚਾਹੀਦਾ ਹੈ ਤਾਂ ਕਿ ਹਰ ਵਿਅਕਤੀ ਨੂੰ ਉਸ ਦੀ ਯੋਗਤਾ ਅਨੁਸਾਰ ਨੌਕਰੀ ਮਿਲ ਸਕੇ ?
7. ਕਈ ਲੋਕ ਆਪਣਾ ਕਾਰੋਬਾਰ ਕਰਨਾ ਸ਼ੁਰੂ ਕਰ ਦਿੰਦੇ ਹਨ। ਤੁਹਾਡੇ ਇਸ ਬਾਰੇ ਕੀ ਵਿਚਾਰ ਹਨ ?
8. ਸਰਕਾਰ ਆਪਣਾ ਕਾਰੋਬਾਰ ਖੋਲ੍ਹਣ ਵਾਲਿਆਂ ਦੀ ਕਿਸ ਤਰ੍ਹਾਂ ਸਹਾਇਤਾ ਕਰ ਸਕਦੀ ਹੈ ?
9. ਆਪਣਾ ਕਾਰੋਬਾਰ ਖੋਲ੍ਹਣ ਦੇ ਕੀ ਫ਼ਾਇਦੇ ਅਤੇ ਕੀ ਨੁਕਸਾਨ ਹਨ ?
10. ਇਹ ਵੀ ਦੇਖਿਆ ਗਿਆ ਹੈ ਕਿ ਇੰਡੀਆ ਵਿੱਚ ਕਈ ਆਪਣਾ ਕਾਰੋਬਾਰ ਕਰਨ ਵਾਲੇ ਆਪਣੀਆਂ ਫ਼ੈਕਟਰੀਆਂ ਵਿੱਚ ਘੱਟ ਉਮਰ ਦੇ ਬੱਚੇ ਕੰਮ ਕਰਨ ਲਈ ਰੱਖ ਲੈਂਦੇ ਹਨ। ਤੁਸੀਂ ਇਸ ਸਮੱਸਿਆ ਬਾਰੇ ਕੀ ਕਹਿਣਾ ਚਾਹੋਗੇ ਅਤੇ ਕਿਉਂ ?
11. ਆਮ ਤੌਰ 'ਤੇ ਬਹੁਤੇ ਪੰਜਾਬੀ ਮਾਪੇ ਇਹ ਚਾਹੁੰਦੇ ਹਨ ਕਿ ਉਹਨਾਂ ਦੇ ਬੱਚੇ ਡਾਕਟਰ, ਵਕੀਲ ਜਾਂ ਇੰਜੀਨੀਅਰ ਬਣਨ। ਤੁਹਾਡੇ ਇਸ ਬਾਰੇ ਕੀ ਵਿਚਾਰ ਹਨ ?
12. ਡਾਕਟਰੀ ਦੀ ਨੌਕਰੀ ਦੇ ਕੀ ਫ਼ਾਇਦੇ ਅਤੇ ਕੀ ਨੁਕਸਾਨ ਹਨ ?
13. ਅਧਿਆਪਕ ਦੀ ਨੌਕਰੀ ਦੇ ਕੀ ਫ਼ਾਇਦੇ ਅਤੇ ਕੀ ਨੁਕਸਾਨ ਹਨ ?
14. ਵਕੀਲੀ ਦੀ ਨੌਕਰੀ ਦੇ ਕੀ ਫ਼ਾਇਦੇ ਅਤੇ ਕੀ ਨੁਕਸਾਨ ਹਨ ?
15. ਕਈ ਲੋਕ ਸਿਰਫ਼ ਮਜ਼ਦੂਰੀ ਦਾ ਹੀ ਕੰਮ ਕਰਦੇ ਹਨ। ਇਸ ਬਾਰੇ ਕੁਝ ਦੱਸੋ।
16. ਮਜ਼ਦੂਰੀ ਦਾ ਕੰਮ ਕਰਨ ਦੇ ਕੀ ਫ਼ਾਇਦੇ ਅਤੇ ਕੀ ਨੁਕਸਾਨ ਹਨ ?
17. ਕੁਝ ਹੋਰ ਨੌਕਰੀਆਂ ਦੇ ਫ਼ਾਇਦਿਆਂ ਅਤੇ ਨੁਕਸਾਨਾਂ ਬਾਰੇ ਦੱਸੋ।
18. ਨਵੀਂ ਟੈਕਨੋਲੋਜੀ ਨੇ ਪਿਛਲੇ ਕੁਝ ਸਾਲਾਂ ਵਿੱਚ ਕਿਸ ਤਰ੍ਹਾਂ ਦੀਆਂ ਨੌਕਰੀਆਂ ਪੈਦਾ ਕੀਤੀਆਂ ਹਨ ? ਇਹਨਾਂ ਨੌਕਰੀਆਂ ਦੇ ਫ਼ਾਇਦੇ ਅਤੇ ਨੁਕਸਾਨ ਦੱਸੋ।
19. ਤੁਹਾਡੇ ਖ਼ਿਆਲ ਅਨੁਸਾਰ ਅਗਲੇ ਕੁਝ ਸਾਲਾਂ ਵਿੱਚ ਨੌਕਰੀਆਂ ਵਿੱਚ ਕੀ ਬਦਲਾਅ ਆਉਣ ਦੀ ਆਸ ਹੈ ਅਤੇ ਇਸ ਦਾ ਲੋਕਾਂ ਦੀ ਜ਼ਿੰਦਗੀ 'ਤੇ ਕੀ ਅਸਰ ਪਵੇਗਾ ?

Chapter 6

MODEL PAPER

Unit 3 – Speaking Test **Total Marks : 40**

The Speaking test consists of Two Sections

Section 1 – Presentation and Discussion **20 Marks**

The teacher starts the test by saying ਹੁਣ ਤੁਸੀਂ ਆਪਣੀ ਪਰੈਜ਼ੈਂਟੇਸ਼ਨ ਸ਼ੁਰੂ ਕਰੋ।

The candidate starts the presentation and speaks for about 30 to 90 seconds without any interruption by the teacher examiner. Then the teacher examiner asks the candidate three/four questions about what the candidate has said in his/her presentation. The discussion should last for 30 to 90 seconds. The total time for presentation and discussion is three minutes.

Section 2 – Conversation **20 Marks**

After presentation and discussion the teacher examiner should start the conversation by saying ਹੁਣ ਤੁਸੀਂ ਕਿਹੜੇ ਦੋ ਟੌਪਿਕਾਂ 'ਤੇ ਗੱਲਬਾਤ ਕਰਨੀ ਚਾਹੁੰਦੇ ਹੋ ?

The candidate can choose any two contexts from the specification or any other two topics of his/her own choice. These topics should avoid the topic chosen for presentation and discussion. Suppose the candidate has chosen the following two topics :

1. Free Time and the Media
2. Current and Future Jobs

For the guidance of the teacher examiner, some questions on both topics have been given below. These topics and questions are given as a guide only. Teacher examiners can also prepare their own questions if they wish.

The time allocation for conversation is seven to nine minutes.

Free Time and the Media

- ਤੁਸੀਂ ਆਪਣਾ ਵਿਹਲਾ ਸਮਾਂ ਕਿਸ ਤਰ੍ਹਾਂ ਗੁਜ਼ਾਰਦੇ ਹੋ ?

- ਪਿਛਲੇ ਕੁਝ ਹਫ਼ਤਿਆਂ ਵਿੱਚ ਜੋ ਪੰਜਾਬੀ/ਹਿੰਦੀ/ਅੰਗ੍ਰੇਜ਼ੀ ਫ਼ਿਲਮ ਤੁਸੀਂ ਦੇਖੀ ਸੀ, ਉਸ ਬਾਰੇ ਕੁਝ ਦੱਸੋ।

- ਵਿਹਲੇ ਸਮੇਂ ਵਿੱਚ ਤੁਸੀਂ ਕਿਸ ਤਰ੍ਹਾਂ ਦੇ ਗਾਣੇ ਸੁਣਨਾ ਪਸੰਦ ਕਰਦੇ ਹੋ ਅਤੇ ਕਿਉਂ ?

- ਤੁਹਾਡਾ ਮਨਪਸੰਦ ਗਾਇਕ ਕੌਣ ਹੈ ਅਤੇ ਤੁਸੀਂ ਉਸ ਨੂੰ ਕਿਉਂ ਪਸੰਦ ਕਰਦੇ ਹੋ ?

- ਪਿਛਲੇ ਸਨਿੱਚਰਵਾਰ, ਐਤਵਾਰ ਤੁਸੀਂ ਕੀ ਕੀ ਕੀਤਾ ਸੀ ? ਇਸ ਬਾਰੇ ਕੁਝ ਦੱਸੋ।

- ਅਗਲੇ ਵੀਕ ਐਂਡ ਤੁਸੀਂ ਕੀ ਕਰੋਗੇ ?

- ਕਈ ਲੋਕ ਆਪਣਾ ਜ਼ਿਆਦਾ ਵਿਹਲਾ ਸਮਾਂ ਇੰਟਰਨੈੱਟ 'ਤੇ ਗੁਜ਼ਾਰਦੇ ਹਨ। ਤੁਹਾਡੇ ਇਸ ਬਾਰੇ ਕੀ ਵਿਚਾਰ ਹਨ ?

- ਤੁਹਾਡੇ ਖ਼ਿਆਲ ਅਨੁਸਾਰ ਲੋਕਾਂ ਨੂੰ ਆਪਣਾ ਵਿਹਲਾ ਸਮਾਂ ਕਿਸ ਤਰ੍ਹਾਂ ਗੁਜ਼ਾਰਨਾ ਚਾਹੀਦਾ ਹੈ ? ਇਸ ਬਾਰੇ ਕੁਝ ਦੱਸੋ।

Current and Future Jobs

- ਕੀ ਤੁਸੀਂ ਕੋਈ ਪਾਰਟ ਟਾਈਮ ਨੌਕਰੀ ਕਰਦੇ ਹੋ ? ਇਸ ਨੌਕਰੀ ਬਾਰੇ ਕੁਝ ਦੱਸੋ। ਜਾਂ ਜੇ ਤੁਸੀਂ ਕੋਈ ਪਾਰਟ ਟਾਈਮ ਨੌਕਰੀ ਕਰ ਚੁੱਕੇ ਹੋ, ਉਸ ਬਾਰੇ ਦੱਸੋ ?

- ਪਾਰਟ ਟਾਈਮ ਨੌਕਰੀ ਕਰਨ ਦੇ ਕੀ ਫ਼ਾਇਦੇ ਅਤੇ ਕੀ ਨੁਕਸਾਨ ਹਨ ?

- ਕੀ ਤੁਹਾਨੂੰ ਸਕੂਲ ਵਲੋਂ ਕਿਸੇ ਕੰਮ ਦੇ ਤਜਰਬੇ ਲਈ ਭੇਜਿਆ ਗਿਆ ਸੀ ? ਆਪਣੇ ਕੰਮ ਦੇ ਤਜਰਬੇ ਬਾਰੇ ਕੁਝ ਦੱਸੋ।

- ਵੱਡੇ ਹੋ ਕੇ ਤੁਸੀਂ ਕਿਸ ਤਰ੍ਹਾਂ ਦੀ ਨੌਕਰੀ ਕਰਨੀ ਪਸੰਦ ਕਰੋਗੇ ਅਤੇ ਕਿਉਂ ?

- ਕਈ ਮਾਤਾ ਪਿਤਾ ਆਪਣੇ ਬੱਚਿਆਂ ਨੂੰ ਡਾਕਟਰ ਜਾਂ ਵਕੀਲ ਬਣਾਉਣਾ ਚਾਹੁੰਦੇ ਹਨ। ਤੁਹਾਡੇ ਇਸ ਬਾਰੇ ਕੀ ਵਿਚਾਰ ਹਨ ?

- ਤੁਹਾਡੇ ਖ਼ਿਆਲ ਅਨੁਸਾਰ ਅਧਿਆਪਕ ਦੀ ਨੌਕਰੀ ਦੇ ਕੀ ਫ਼ਾਇਦੇ ਅਤੇ ਕੀ ਨੁਕਸਾਨ ਹਨ ?

- ਦਿਨੋ ਦਿਨ ਯੋਗਤਾ ਅਨੁਸਾਰ ਨੌਕਰੀਆਂ ਮਿਲਣਾ ਮੁਸ਼ਕਲ ਹੁੰਦਾ ਜਾ ਰਿਹਾ ਹੈ। ਇਸ ਦੇ ਕੀ ਕਾਰਨ ਹੋ ਸਕਦੇ ਹਨ ?

- ਤੁਹਾਡੇ ਖ਼ਿਆਲ ਅਨੁਸਾਰ ਆਪਣਾ ਕਾਰੋਬਾਰ ਕਰਨ ਦੇ ਕੀ ਫ਼ਾਇਦੇ ਅਤੇ ਕੀ ਨੁਕਸਾਨ ਹਨ ?

- ਤੁਸੀਂ ਆਪਣੀ ਮਨਪਸੰਦ ਨੌਕਰੀ ਲੈਣ ਲਈ ਕੀ ਕੀ ਯਤਨ ਕਰੋਗੇ ?

Assessment Criteria

	Communication	Range of Language	Accuracy	Interaction and Fluency	Total
Presentation & Discussion	8	4	4	4	20
Conversation	8	4	4	4	20
Total	16	8	8	8	40

Marks	Communication (Presentation & Discussion and Conversation)
7-8	A good range of information and points of view are conveyed. Responses are developed/explained with confidence. Can narrate events.
4-6	A fair amount of information and points of view are conveyed. Responses are regularly developed beyond the minimum.
1-3	Some simple information and opinions conveyed. Some responses rarely developed beyond the minimum.
0	No relevant information conveyed.

Marks	Range of Language (Presentation & Discussion and Conversation)
4	A wide range of vocabulary, complex structures and a variety of verb tenses.
3	A range of vocabulary; some complex sentences.
2	Limited vocabulary; sentences short and simple.
1	Very limited vocabulary - just isolated words and occasional phrases.
0	No recognisable words.

Marks	Accuracy (Presentation & Discussion and Conversation)
4	All messages are clear and errors usually appear only in more complex structures. Accent and intonation consistently good.
3	Messages are clear in spite of some errors. Accent and intonation generally good but some inconsistency.
2	Most messages are communicated though errors are quite frequent. Accent and intonation sometimes delay communication.
1	Some messages are communicated but errors are very frequent. Accent and intonation make comprehension difficult.
0	No messages are communicated.

Marks	Interaction and Fluency
4	Responds readily and shows initiative. Conversation sustained at a reasonable speed, language expressed fluently.
3	Ready responses, some evidence of an ability to sustain a conversation, may sometimes take the initiative.
2	Some reaction. Sometimes hesitant, little natural flow of language.
1	Little reaction. Very hesitant and disjointed.
0	No language produced is worthy of credit.

- The marks awarded for Range of Language, Accuracy and Interaction and Fluency must not be more than one mark higher than the mark awarded for communication.

- A mark of zero for Communication will automatically result in a zero score for the task as a whole.

AQA GCSE specification 2011

Grade Descriptions

The descriptions of the expected standards of achievement required for grade A, C and F in the speaking test are given below :

Grade A

For grade A, students are expected to be able to

- start and develop conversations and discussions;
- present information and narrate events clearly;
- give and explain their ideas and points of view;
- produce and sustain extended sequences of speech;
- use a variety of vocabulary, structures and tenses;
- speak with confidence with reasonably good pronunciation and intonation.

ਗਰੇਡ ਏ

ਏ ਗਰੇਡ ਦੇ ਵਿਦਿਆਰਥੀਆਂ ਕੋਲ ਯੋਗਤਾ ਹੋਣੀ ਚਾਹੀਦੀ ਹੈ ਕਿ ਉਹ :

- ਗੱਲਾਂ-ਬਾਤਾਂ ਅਤੇ ਬਹਿਸਾਂ ਨੂੰ ਸ਼ੁਰੂ ਕਰ ਸਕਣ ਅਤੇ ਅੱਗੇ ਵਧਾ ਸਕਣ;
- ਆਪਣੀ ਗੱਲਬਾਤ/ਜਾਣਕਾਰੀ ਨੂੰ ਚੰਗੀ ਤਰ੍ਹਾਂ ਪੇਸ਼ ਕਰ ਸਕਣ ਅਤੇ ਘਟਨਾਵਾਂ ਨੂੰ ਬਿਆਨ ਕਰ ਸਕਣ;
- ਆਪਣੇ ਵਿਚਾਰਾਂ ਨੂੰ/ਆਪਣੀ ਰਾਏ ਨੂੰ ਸਪੱਸ਼ਟ ਤੌਰ 'ਤੇ ਦੱਸ ਸਕਣ;
- ਇੱਕ ਲੰਬੀ ਅਤੇ ਲੜੀਵਾਰ ਗੱਲਬਾਤ ਕਰ ਸਕਣ;
- ਆਪਣੀ ਗੱਲਬਾਤ ਵਿੱਚ ਤਰ੍ਹਾਂ ਤਰ੍ਹਾਂ ਦੀ ਸ਼ਬਦਾਵਲੀ, ਵਾਕਾਂ ਅਤੇ ਕਾਲਾਂ (tenses) ਦੀ ਵਰਤੋਂ ਕਰ ਸਕਣ;
- ਆਪਣੇ ਪੂਰੇ ਵਿਸ਼ਵਾਸ ਨਾਲ ਅਤੇ ਚੰਗੇ ਉਚਾਰਣ ਤੇ ਅਲਾਪ ਨਾਲ ਗੱਲਬਾਤ ਕਰ ਸਕਣ।

Grade C

For grade C, students are expected to be able to

- take part in conversations and discussions;

- convey information;

- express their points of view;

- deal with some unfamiliar language;

- use a variety of structures and verb tenses;

- convey a clear message even if there are some errors;

- produce language with reasonably accurate pronunciation and intonation.

ਗਰੇਡ ਸੀ

ਸੀ ਗਰੇਡ ਦੇ ਵਿਦਿਆਰਥੀਆਂ ਕੋਲ ਯੋਗਤਾ ਹੋਣੀ ਚਾਹੀਦੀ ਹੈ ਕਿ ਉਹ:

- ਗੱਲਬਾਤ ਅਤੇ ਵਿਚਾਰ-ਵਿਟਾਂਦਰੇ/ਬਹਿਸਾਂ ਵਿੱਚ ਭਾਗ ਲੈ ਸਕਣ;

- ਜਾਣਕਾਰੀ ਨੂੰ ਪੇਸ਼ ਕਰ ਸਕਣ;

- ਆਪਣੇ ਵਿਚਾਰ ਦੱਸ ਸਕਣ;

- ਕੁਝ ਅਣਜਾਣੀ ਭਾਸ਼ਾ ਨਾਲ ਨਜਿੱਠ ਸਕਣ;

- ਆਪਣੀ ਗੱਲਬਾਤ ਵਿੱਚ ਤਰ੍ਹਾਂ ਤਰ੍ਹਾਂ ਦੇ ਵਾਕਾਂ ਅਤੇ ਕਾਲਾਂ ਦੀ ਵਰਤੋਂ ਕਰ ਸਕਣ;

- ਆਪਣਾ ਸੁਨੇਹਾ ਸਾਫ਼ ਸਾਫ਼ ਦੱਸ ਸਕਣ, ਭਾਵੇਂ ਇਸ ਵਿੱਚ ਕੁਝ ਗ਼ਲਤੀਆਂ ਵੀ ਹੋਣ;

- ਗੱਲਬਾਤ ਕਰਦਿਆਂ ਉਹ ਲਗਭਗ ਠੀਕ ਉਚਾਰਣ ਅਤੇ ਅਲਾਪ ਦੀ ਵਰਤੋਂ ਕਰ ਸਕਣ।

Grade F

For grade F, students are expected to be able to

- take part in simple conversations;

- convey simple information;

- give their opinion - likes and dislikes;

- use limited range of vocabulary;

- communicate with understandable pronunciation;

- convey main points even if there are grammatical errors.

ਗਰੇਡ ਐਫ਼

ਐਫ਼ ਗਰੇਡ ਦੇ ਵਿਦਿਆਰਥੀਆਂ ਕੋਲ ਯੋਗਤਾ ਹੋਣੀ ਚਾਹੀਦੀ ਹੈ ਕਿ ਉਹ :

- ਸਾਦੀ ਗੱਲਬਾਤ ਵਿੱਚ ਹਿੱਸਾ ਲੈ ਸਕਣ;

- ਸਾਦੀ ਜਾਣਕਾਰੀ ਦੇ ਸਕਣ;

- ਆਪਣੀ ਰਾਏ ਦੇ ਸਕਣ;

- ਆਪਣੀ ਗੱਲਬਾਤ ਵਿੱਚ ਸੀਮਤ ਸ਼ਬਦਾਵਲੀ ਵਰਤ ਸਕਣ;

- ਸਮਝ ਆਉਣ ਵਾਲੇ ਉਚਾਰਨ ਵਿੱਚ ਗੱਲਬਾਤ ਕਰ ਸਕਣ;

- ਗੱਲਬਾਤ ਵਿੱਚ ਖ਼ਾਸ ਖ਼ਾਸ ਪੁਆਇੰਟ ਦੱਸ ਸਕਣ, ਭਾਵੇਂ ਬੋਲੀ ਵਿੱਚ ਗਰਾਮਰ ਅਤੇ ਹੋਰ ਗ਼ਲਤੀਆਂ ਹੋਣ।

Self Assessment Form – GCSE Panjabi Speaking

Put a tick (✓) in the box against the statement if the answer is Yes and a cross (✗) if the answer is No.

Grade	Assessment Criteria	Yes/No
F	I can	
	• take part in simple conversations	
	• convey simple information	
	• give my opinion	
	• use limited range of vocabulary	
	• communicate with understandable pronunciation	
	• convey main points	
C	I can	
	• take part in conversations and discussions	
	• convey information	
	• express my point of view	
	• deal with some unfamiliar language	
	• use a variety of structures and verb tenses	
	• convey a clear message with some errors	
	• produce language with reasonably accurate pronunciation and intonation	

Grade	Assessment Criteria	Yes/No
A	I can	
	• start and develop conversations and discussions	
	• present information and narrate events clearly	
	• give and explain my ideas and points of view	
	• produce and sustain extended sequences of speech	
	• use a variety of vocabulary, structures and tenses	
	• speak with confidence with reasonably good pronunciation and intonation	